D1680392

கமலா வாசுகி (1966)

யாழ்ப்பாணத்தைச் சேர்ந்தவர். இவர் வேம்படி மகளிர் உயர்தரக் கல்லூரியினதும், யாழ் பல்கலைக்கழகத்தினதும் மாணவியாகவும், பின்னர் யாழ்ப்பாணம் மற்றும் கொழும்பில் முற்போக்குக் குழுக்களின் இளம் தன்னார்வலராகவும் பல அனுபவங்களைப் பெற்று வளர்ந்தவர். 1995ஆம் ஆண்டிலிருந்து மட்டக்களப்பில் வாழ்ந்துவரும் இவர், சமாதானம், வன்முறையற்ற வாழ்வு மற்றும் நீதிக்கான பெண் செயற்பாட்டாளர்களின் ஓர் அங்கமாகப் பயணப்பட ஆரம்பித்தார். இரண்டு தலைமுறைகளைச் சேர்ந்த சமூக மாற்றத்திற்கான காண்பியக்கலைஞர்களுக்கும் கலை இலக்கிய ஆர்வலர்களுக்கும் வழிகாட்டியாகச் செயற்பட்டு வருகின்றார்.

Kamala Vasuki (Born 1966) hails from Jaffna, Sri Lanka. She was a student at Vembadi Girls High School, the University of Jaffna and later as a youth volunteer in myriad progressive groups in Jaffna and Colombo. She moved to Batticaloa in 1995 and has been an integral part of women's activist spaces for peace, non-violence and justice. She has mentored almost two generations of visual artists and others who are interested in all forms of artistic and literary work for social change.

நிலம் பரவும் புற்கள்

A web of Grass Across Earth

கமலா வாசுகி

Kamala Vasuki

ஆங்கிலத்தில்

பொன்னி அரசு - அ. மங்கை - கவிதா முரளிதரன்

Translation:

Ponni Arasu - A.Mangai - Kavitha Muralidharan

எதிர்
வெளியீடு

நிலம் பரவும் புற்கள் (இருமொழிப் பதிப்பு)
கமலா வாசுகி
ஆங்கிலத்தில்: பொன்னி அரசு, அ. மங்கை, கவிதா முரளிதரன்

முதல் பதிப்பு: ஜூலை 2024

எதிர் வெளியீடு,
96, நியூ ஸ்கீம் ரோடு, பொள்ளாச்சி – 642 002
தொலைபேசி: 04259 – 226012, 99425 11302

விலை: ரூ. 200

A web of Grass Across Earth (Bilingual text)
Kamala Vasuki
Translation: Ponni Arasu, A.Mangai, Kavitha Muralidharan

First Edition: July 2024

Published by
Ethir Veliyeedu, 96, New Scheme Road, Pollachi – 2
email: ethirveliyedu@gmail.com
www.ethirveliyeedu.com

ISBN: 978-81-19576-20-3
Cover Design: Harisankar
Cover Art: Kamala Vasuki
Printed at Jothy Enterprises, Chennai.

பிரதியிடும் உரிமை: அனைவருக்கும்: இந்த தொகுப்பிலுள்ள எழுத்துக்கள் இதற்கான உணர்வு, சிந்தனை, வெளிப்பாட்டு வடிவம் அனைத்துமே காலங்காலமாகவும் பலருடன் பழகியதாலும் வாசித்ததாலும் கிடைத்தது – இது எனக்கு மட்டுமானதன்று. பிரதியிடும் உரிமை அனைவருக்கும் – என்னுடன் பகிர்ந்தால் மகிழ்வேன்.

Copyright: Open to all. The texts, emotions, thoughts and forms have been learnt from many people I have been collaborating and the readings I was exposed to. Hence, this is not mine alone. Anyone can reprint this; I would be happy if you can share the information with me.

சமர்ப்பணம்

என் வாழ்க்கைப் பயணத்தை மிகவும் பயனுள்ளதாக வாழ வழி செய்து தந்த சகோதரிகள் குறிப்பாக பெண்நிலைவாதிகளாக, பெண்கள் உரிமைச் செயற்பாட்டாளர்களாக இணைந்து பயணிக்கும் அனைவருக்கும்.

To all the feminists and activists who are part of my journeys and women who shaped the meaning of my life.

இந்த உலகில் அதிகாரங்களும் அவை எழுதும் விதிகளும்தான் உண்மை என்ற நியமங்களும், இன்னார் செய்தால் சரி வேறாள் செய்தால் தவறு என்ற இரட்டை நியாயங்களும் இன்னும் பலவும் குடைச்சலைத் தந்து கொண்டேயிருக்கின்றன. அந்த நியமங்களதும் இரட்டை நியாயங்களதும் பகுதியாகவும் பங்காளர்களாகவும் முழுமையாக மாறிவிடுவோமோ என்ற சவால் பெருகிக் கொண்டேயிருக்கின்றது. எதையும் ஆட்சேபிக்காது, கேள்விகள் கேட்காது மௌனமாக வாழ முடியவில்லை. செயற்பாட்டாளராக நேரடியாகப் போராடுவது போதவில்லை... மனதில் எழும் கேள்விகள், கோபங்கள் படமாகக் கோடுகளிலும் வர்ணங்களிலும் வருவதற்கு முன்னர் வார்த்தைகளாக, வசனங்களாக, கவிதைகளாகத்தான் மனதில் ஓடுகின்றன... அரை நித்திரையிலும், குளிக்கும் போதும், வேறு ஏதாவது வேலையிலிருக்கும் போதும் தலைக்குள் ஓடும் வார்த்தைகளில் சிலதான் எனக்குப் பிறகு ஞாபகம் இருக்கும். காகிதம் கிடைத்தால் எழுதுவேன்.

போருள் வாழும் வாழ்வும், பெண்ணாக, பெண்நிலைவாதியாக, கலைகளில் ஈடுபாடுள்ளவளாக மற்றும், தானாக வந்த – நானாக ஏற்றுக் கொண்ட அடையாளங்களுடன் வாழும் என்னுடைய வாழ்தலைப் புரிந்து கொள்ளுதல் என்பது என்னுடன் கூட இருப்பவர்கள் எல்லாருக்கும் சாத்தியமில்லை. அதிகம் சந்திக்காவிட்டாலும் எனது பயணத்தில் அதிகம் கூடப்பயணித்ததைப் போன்ற உணர்வைத் தருபவள் மங்கை. விஜயலட்சுமி நிறைய சிக்கலான சந்தர்ப்பங்களில் கூட இருந்தவள். பொன்னியும் நிரோவும் இன்றும் கூட இருப்பவர்கள், ஜெயசங்கர் என்னுடைய ஆக்கங்களின் முதல் ஆர்வலர். இவர்கள் அனைவரதும் ஆர்வத்தில் இந்தப் புத்தகம் வெளிவருகின்றது.

இந்த ஆக்கங்களில் சில ‘பெண்’, ‘ஊடறு’ போன்ற சஞ்சிகைகளில் பிரசுரிக்கப்பட்டன. அவர்களுக்கும் இப்பொழுது ‘எதிர் வெளியீடு’ தோழர்களுக்கும், என்வாழ்தலில் கூட வரும் அனைத்து நண்பர்களுக்கும் நன்றிகள்.

பங்குனி 2022

It constantly disturbs me that the powers-that-be and their rules are considered 'truth' and there exists a double standard of values for making what one group does right and the other wrong. The apprehension that we might become part of those values and the double standards is a challenge that is increasing day by day. It is impossible not to condemn or question and live in silence. Working at the grassroot level does not feel enough… my rage and unrest express themselves in words – dialogues and poems – before being shaped into lines and colours as paintings. I remember only some of the words that linger during my half-sleeps, baths or during other work and I jot them down on paper, if it is handy.

Not many can grasp the life of a woman living through war as a feminist and artist as well as other identities that come along and I adopt them. Mangai gives me the feeling of a co-traveller, even though we don't get to meet often. Vijayalakshmi has been with me through critical moments. Ponni and Niro are holding space with me today. Jeyasankar is my first audience. This book is coming out because of all their interests.

Some of these texts have been published in 'Pen', 'Oodaru' and other journals. My thanks are due to them and Ethir Publishers and all the friends who travel with me in my life.

Kamala Vasuki
March 2022

எத்தனை ஆயிரம் வருடத்தைய
'கட்டு' இது
எந்த மந்திரத்தாலும்
அவிழ்க்க முடியாதபடி?

'பெண்'

கற்பனைகளில் காலூன்றி
சிருஷ்டிக்குத் தயாராக,
மனித சிருஷ்டிப்பில் மட்டுமே
மனம் மயங்கி, மயங்கி...
'பெண்' என்ற வடிவமைப்பு...

அழகாய்,
பொறுமையாய்,
தெய்வமாய்,
தியாகப் பெரு வெள்ளமாய்,
இன்னுமின்னுமாய்...

அந்தர வெளிகளில்
அலையவிடப்பட்ட பெண்

மனுசி என்ற நினைவு வரும்
வேளைகளில்
பேயாகவும் உணர்த்தப்படும்

அவிழ்க்க, அவிழ்க்க
தயாராகும் புது மந்திரங்கள்
எவ்வளவு காலத்தைய 'கட்டு' இது

காலநதியில் கரைத்து விடப்பட்டு
நிறமூர்த்தங்களில் ஊறி, ஊறி...???
முதலில் கற்பனை வெளிகளை விட்டுத்
தரையில் கால் பதிப்போம்
எங்கள் பரம்பரை அலகுகளில் தொடங்கி.

1997

How many thousands of years old is this?
This 'bind'?
This bind that won't be broken by any spell?

'woman'

With feet firmly in the realm of imagination
She is ready to be 'created'
Lost in the seductive thought of creation..
The construction of 'woman'

Beautiful
Patient
Sacred
An endless flood of sacrifice
And much much more of such things.

The 'woman' who is left to roam the open barren space

When it is remembered that she too is human
she is made to feel like a ghost.

A spell that keeps binding even as we unbind, undo, untie...

How old is this 'bind'?
A bind that was melted into the flow of time
And yet which congeals within us
Congeals and toughens soaked in time

Let us step away from the realm of imagination
And ground ourselves in reality first and foremost.
Let us start with the measures of our lineage

1997

பெண்ணுக்கு ஒரு மணம்,
இரண்டாம் மணமோ கண்டனத்துக்குரியது
இரண்டாம் காதல் தடைகளுக்குரியது
இரண்டாம் புணர்ச்சியோ கடவுளுக்கெதிரானது.
தண்டனைக்குரியது

ஆயின்,
குழந்தைகளை மார்புடன் அணைத்த
தத்தம் மனைவியர் வீட்டிலுறங்க
கோடரி தூக்கிய ஆடவ வீரர்
கடவுளின் பெயரால் ஆயுதம் ஆவர்.

மதத்தின் பெயரால் குறிகள் விறைக்கும்
மதத்தின் பெயரால் தம்நிலை மறக்கும்
மார்புடன் அணைந்த குழந்தைகளைப் பறித்தெறிந்து
'வேற்று'ப் பெண்டிரைப் புணர்ந்து தண்டிப்பர்.

நிகழ்காலச் சட்டங்கள் பழங்காலம் போலவே
எழுதியோருக்காக மௌனித்து ஓயும்.
கூடி அழவும் பயந்த பெண்கள்
கடவுளர் கோயிலில் விரதங்கள் காப்பர்.

ஆயுதம் ஏந்திய கடவுளாயின் என்?
அனைத்தும் துறந்த கடவுளாயின் என்?
அன்பைப் போதித்த கடவுளாயின் என்?
அனைவரின் பெயரிலும் ஆயுதங்கள் எழும்.

கடவுளின் பெயரால் மதங்கள்,
மதங்களின் பெயரால் ஆயுதங்கள்,
ஆயுதம் கையில் ஏந்திய மனிதர்,
மனிதரின் கையில் காவலுள் கடவுள்?

வாழிய கடவுளர், வளர்க மதங்கள்
மதங்களைக் காக்க மனிதரைப் படைக்கும்,
பாவம் புரிவதால்...
அழிந்தொழிக பெண்கள் !

(இன மத இன்னோரன்ன காரணங்களுக்காகப் பாலியல் பழிதீர்க்கப்பட்ட உலக சகோதரிகளுக்காக)

2003

A woman is to only be married once,
Second marriage is condemnable
Second love will have to face barriers,
Second 'having sex' is against God,
Is a punishable offence

But,
As wives sleep in their homes
Holding their children close to their breast,
Valourous male heroes with arms
Will, themselves become weapons in the name of god

Religion will elicit erections
Religion will make them lose their minds
They will pluck the children off the breast of other women
They 'punish' the 'other' women by raping them

Today's laws just like yesteryears
Will remain quiet when it comes to punishing those who wrote the laws
Women, afraid even to mourn and cry together
Will get to the temples of gods and keep fasts

The god could be one that wields weapons
Or one that has given it all up
Or one that preaches love
Weapons will rise in the name of them all!

Religion in the name of god
Arms in the name of religion
Humans who wield the arms
Humans hold the gods in custody?

Hail the gods, long live religion
For the sin of god
Of making humans to protect religion
May the women be destroyed for this sin...

(For sisters across the world who have endured sexual violence as a weapon of inter-community violence)

2003

பெயரில்லாமல் போன மகளுக்கும்
வெளிச் சொல்ல முடியாத் தாய்க்கும்...

கண்ணுள் வடியா
நீர தேக்கி - நெஞ்சுள்
தணியாத் தீ வளர்த்து
வாய் மூடி
வானத்தில் உன் துயர் படிப்பேன்
என் மகளே!

நட்சத்திரங்கள் மின்னும்
உன் பார்வை
நிலவில் மறைந்திருக்கும்
உன் சோகம்

முகில் விலக்கிச் சுட்டெரிக்கும்
சூரியப் பார்வையில்

உன் உடல் சிதைத்த
மனம் சிதைத்த
உயிர் புதைத்த
ஆண்களின் வக்கிரங்களை எரிப்பதாய்...

சுட்டெரிக்கும்
தாய் நட்சத்திரமாய் உன் பார்வை
தீயது நீக்கி இவ்வுலகில்
நன்மை செய்வதாய்!

2005

'இனந்தெரியாதோரால்' பாலியல் பலாத்காரம் செய்யப்பட்டு கொலை செய்யப்பட்டு, மட்டக்களப்பு மத்திய கல்லூரி மண்டபத்தில் 03.08.2005 அன்று பிணமாகக் கண்டெடுக்கப்பட்ட பெண் அடையாளம் காணப்படாது புதைக்கப்பட்டார். இவரைப் போன்று கொல்லப்பட்ட பிள்ளைகளை அடையாளம் காட்ட முடியாச் சூழலில் வாழும் அன்னையருக்கு இது சமர்ப்பணம்.

For the nameless daughter...
For the mother who cannot speak her name...

For them...
I will hold my tears that ebb in my eyes,
I will nurture in my heart, an ever burning flame
With my mouth closed...
I will sing your grief to the open sky...

My daughter...
Your eyes sparkle in the sky like stars
Your grief is hidden in the clouds...
As the clouds part...
Your eyes will scortch and burn
It will burn like the sun
Those who destroyed your body
your heart
Those who buried your life
It will scortch that male virulence

Your star-like eyes will watch over
They watch over as a mother-star
They watch over all that which destroys evil
And grows good in the world.

2005

A woman who was subjected to sexual violence by 'unknown' perpetrators was buried without being identified in Central College, Batticaloa on 3.8.2005. This poem is dedicated to the countless mothers who live amongst us, who were not able to identify their raped and murdered daughters.

தாயின் நாட்டில் தந்தையர் நீதி

எனக்கென ஒரு தாயின் கோயில்
எங்களூரிலிருந்தது - அங்கு
நித்தியம் விளக்கேற்ற - நானும்
என் சின்ன மகளுமிருந்தோம்

என் தாயின் கரங்கள் பறிபோன ஒரு நாளில்
முழங்கின போர்ப் பறைகள்
'ஆண்டவன்' கைகளின் ஆயுதங்கள்

அம்மன்களை விடவும் ஆண்டவரைப் போற்றுதும்
ஆண்டவரை விடவும் அரசனைப் போற்றுதும்
இது போர்க் காலம்.

எஞ்சியிருக்கும் அதிட்டம் பெற்றவை
எனதிரு கரங்கள்
இன்று அவை புத்தரை வணங்கலாம்.
நாளை அது இராமருக்காகலாம்,
மறுதினமோ அது இயேசுவுக்கும்
இன்னும் பல
பிதாமகன்களுக்கும் ஆகலாம்.

என் விழிக் கண்ணீர் யாருக்காக?
காணாமல் போன என் மகளுக்காகவா?
அவளது இரு கரங்களுக்காகவா?
அன்றி,
காணாமல் போய்விட்ட
என் அம்மனுக்காகவா?

2009

(செய்தி: வன்னியிலிருந்து இடம்பெயர்ந்தோருக்கான வவுனியாவிலுள்ள முகாமில் தமிழில் பிரித் ஓதி பௌத்த மத வழிபாடு நிகழ்த்தப்பட்டது. பெண்கள் கண்ணீருடன் பிரார்த்தனை.)

The law of the Father in the mother('s)land

There was a temple for a mother, just for me
In my village
Me and my little daughter were there
To light a lamp there every evening

The day my mother lost her arms
Drums of war began to rage
"The lord" had weapons in his hands

Lords are worshipped more than mother goddesses
Kings are worshipped more than lords are
This is a war zone

My hands that are lucky to still remain
They might come together to pray to the Buddha today
Tomorrow they might be for Rama
The day after that it may turn to Jesus
And many more such men of god...

Who are my tears for?
For my daughter who was disappeared?
For her hands?
Or,
For my mother goddessess
Who have been disappeared?

2009

(News: A Buddhist prayer with 'pirith' chanting was held for those displaced from the war in Vanni and brought to a camp in Vavuniya. Women prayed with tears in their eyes.)

சில பல ஆண்களுக்கு வெற்றி
சில பல ஆண்களுக்குத் தோல்வி
வெற்றிகளோ தோல்விகளோ அற்றது பெண்களின் வரலாறு.

வழக்கம் போல் பெண்கள் நாம்,

எமக்கென நிர்ணயித்த ஆடைகள் அணிந்து
வெற்றியைக் கொண்டாடப் பொங்கல்கள் இடுவோம்,
போற்றிப் பாடுவோம், புன்னகைத்திருப்போம்.

எமக்கென நிர்ணயித்த ஆடைகள் அணிந்து,
தோல்வியைக் கொண்டாட விரதங்கள் காப்போம்,
சோக கீதங்களிசைத்து மௌனித்திருப்போம்.

மேலும்,
இறந்த நம் பிள்ளைகட்காய் ஓலங்களிடவும்,
காணாமல் போனவர்க்காய்ப் புதைகுழிகள் கிளறவும்,
காயங்கள் ஆற அருகிருந்து காப்பதற்கும்
பெண்கள் நாமிருப்போம்

இனியாயினும்,
தந்தையர் நிலத்தைத் தாய் நிலம் எனக்கூறும்
மாயப் பெருமைகளைக்
களையாக் குற்றத்துக்காய்,

வாழ்தலைக் கொண்டாட
மறந்த மானிடத்தைச்
சுமந்த குற்றத்துக்காய்,
எம்மை நாங்களே கூண்டினில் ஏற்றுவோம்.

சொல் கேட்காப் பிள்ளைகளைச் சுமந்த கணத்தில்
தோற்றது பெண்ணினம் எனப் பறை சாற்றுவோம்
கொல்வதிலன்றி வாழ்தலில் வீரத்தைக்
காணுமோர் உலகிற்காய்ப் பெண்கள் நாம் திரள்வோம்.

2009

வர்ணக் கொடிகளும் வெற்றிப்பிரகடனப் பேச்சுக்களும் ஒருபக்கம், இறுகிய உதடுகளுடனான சோக முகங்கள் இன்னொரு பக்கமுமாக என்னைச் சூழ இருக்கும் இவ்வேளையில் பட்டாசுகளின் அதிர்வுகளுக்கிடையில் இலங்கையிலிருந்து ஒரு பெண் எழுதுகிறேன்.

Some men win
Some men lose
Women's histories are ones without victories and losses

Us women, as per usual...

We wear the clothes that are designated for us
We make Pongal to celebrate the victories
We will sing songs of praise and smile.

We wear the clothes that are disignatedfor us
We will keep fasts to mark the losses
We will sing songs of sadness and remain silent.

further,
We women will be here
To cry outloud for our children who have died
To dig open graves of those who are disappeared
To stay close and protect as wounds heal
We women will be here.

For the crime of
Not discarding the delusionary practices
Of still refering to the land of the fathers as the motherland

We women, we will imprison ourselves
For the crime of birthing humanity
That has forgotten to celebrate life

Let us tell the world that
Women lost when we carried children who do not listen to us
Let us women come together to show valour
To build a future

2009

Colourful flags and declarations of victory on the one side, hardened lips, hearts and sad faces on the other. As all of this surrounds me, I, a woman in Sri Lanka right now write this in the midst of the vibrations of festive crackers.

உதிரத்தைப் பாலாக்கும் தாயின்
உயிர் துடிக்காததை அறியாது - அவள்
மடியின் ஈரத்தை உதிரமென உணராது
ஈரத்தில் அவ்வுயிர்ச்சூடும் ஆறுவதையும் அறியாது

உதிரம் பாலாகும் விந்தையறியாக் குழந்தை
முலை சுரக்கும் பால் அருந்தத் தடவி வாய் வைத்துப்
பாலென உதிரம் பருகி...

அலறலெனக் கூற முடியா அவலக்குரல்களும்
திக்கறியாக் காலோசைகளும் கேட்டுப் புன்னகைத்து
இடியையும் மௌனிக்கும் பேராயுதச்
சத்தத்தில் கண்ணயர்ந்தது - அன்று

யாரோ ஒரு தாய் - யாரோ ஒரு குழந்தை
யாருடையவர் யாருக்கென்று தெரியாக் கணக்கெடுப்பில்
குலுக்கி மீளடுக்கப்பட்ட சீட்டுக் கட்டுகளுள்
மீண்டும் அது

முள் கம்பி கிழித்துக்
கந்தலாய் வந்து திரும்பும்
காற்றின் தாலாட்டில் தனைமறந்து
இரும்புக் குழல்களின்
சூடு தணிக்கத் திராணியற்ற மழையின் சகதி மணமும்
அது காயின் புழுதி மணமும் முகர்ந்து
கண்ணறியாக் கடுங்காவல் உடனிருக்க

தாயின் குருதிமணம் விரலொட்டி இன்னுமிருக்க
அது சூப்பிக்
கண்ணயரும் - இன்று

2009

Without knowing that the heart of the mother,
who turns blood into milk, is no longer beating...
Without realizing that the dampness on her lap is that of blood...
Without realizing that the warmth of her life is cooling down in that dampnes

The child who isn't aware of the magic of blood turning to milk
suckles on the mother's breast to drink the milk...
And drinks blood instead

In the midst of cries of pain that cannot even be described as a wail...
Smiling while listening to the directionless sound of footsteps
That day,
the child fell into a slumber
In the midst of the sound of big weapons that can even stun thunder
into silence.

some mother – some child
In the surveying of numbers where it is unclear who is of whom...
the child shows up, by chance,
like a card in a shuffled and rearranged pack of playing cards.

The child that returns, scraped and torn by barbed wire,
loses itself in the lullaby of the breeze
with the smell of clay that was made from rains
that can no longercool the heat of the killer guns
with the smell of the dirt on the mother's body
in the midst of the unseen high security that is all around

With the smell of mother's blood still on the finger
The child sucks on that finger and falls into a slumber
Today.

2009

காணாமல் போன தலைப்பு

அவளுக்கும் தெரியாது எங்கே போய்த் தேடுவதென்று
எனக்கும் தெரியாது என்ன பதில் சொல்லுவதென்று
எனக்குத் தெரியாதென்பதும் அவளுக்கும் தெரியும்,

மனித உரிமைச் சட்டகங்கள் தெரிந்தவளென்று நானும்
தெரியாதென்று அவளும்
நினைப்பதைத் தவிர வேறொன்றுமில்லை,

ஆயினும் ஒரு சின்ன வெளிச்சமாய் நான் அவள் முன்
சூரியனாயன்றி...

எண்ணெய்யோ மின்சாரமோ அன்றி எரிய முடியா என் அறிவு
யாரோ செய்த ஒளியில் ஒளிரும்
இருண்டிருக்கும் என் அறிவு பற்றி அவள் அறியாததல்ல

(திகதியும் காணாமல் போயிற்று)

2011

A poem with the lost title

She doesn't know where to go and search
I don't know what to say to her
She knows that I don't know.

It is all just a construction of our minds
That I know human rights things
And she doesn't.

And yet, I am a small glimmer of light for her
Even if not the sun...

My mind that cannot light up without oil or electricity
It is not as if she doesn't know of the darkness of my mind
That lights up with someone else's light.

(The date is lost too)

2011

சாதிப் பெருமையைக் காப்போம் என
வன்முறையை நாடலாம்
மொழியைக் காப்போம் எனவும்,
இன மானத்தைக் காப்போம் எனவும்,
மதங்களைக் காப்போம் எனவும்,
வன்முறையை நாடலாம் - ஆயின்

அகிம்சையைக் காப்பாற்ற
எதனை நாடுவோம்???

2019

Let us turn to violence
To protect caste pride
Let us turn to violence
To protect language,
To safeguard the race,
To protect religion.

How then may we protect ahimsa, non-violence?
What shall we turn to, to protect ahimsa?

2019

பெண்களின் தொடைகள் ஒரு பிரச்சினை
மார்பகங்களோ பாரிய பிரச்சினை
யோனிகள் பற்றிச்
சொல்லவே தேவையில்லை
அதனுள்ளிருந்து வடியும் இரத்தமோ
கேவலத்திலும் கேவலம்.

இவற்றைப் பார்ப்பது பாவம்
இவற்றைப் பற்றிப் (பெண்கள்) பேசுவதோ பெரும்பாவம்
ஒளித்து மறைத்துப் பொத்திப் பொத்தி வைத்துப்
பேசக்கூடாத விடயமாய் - அசுத்தமாய்
பெண்ணின் உடல் - எனில்

ஆண்டவ(னி)ன் அதியற்புதப் படைப்பு
தூய்மையின் உறைவிடங்கள்,
ஆண்கள்
அதனுள்ளிருந்து வராதிருக்கட்டும்!!
பெண்ணுள்ளிருந்து பிறக்காதிருக்கட்டும்!!!

பல்லாயிரம் கோடி மைல்களுக்கு அப்பாலுள்ள
மனிதர் வாழும் இன்னொரு கிரகத்தைக்
கண்டு பிடிப்பதற்கு முன்னர்
இந்த அதியற்புத விஞ்ஞானிகள்
தாங்கள் வாழும் கருப்பை ஒன்றைக் கண்டுபிடிக்கட்டும்

கருப்பையில் தங்காமல்,
யோனிவாய் நுழைந்து - பெண்ணின்
தொடை தொட்டு வெளிவராமல்
மாதவிடாய் இரத்தத்தில் நனையாமல்
வியர்வை மணக்கும் தாயின் மார்பகங்களைச் சூப்பாமல்
தம்மைப் படைத்துக் கொள்ளட்டும்

பெண்ணின் கர்ப்பம் தங்காத
பெண்ணின் கர்ப்ப வலி தேவையற்ற
பெண்ணின் இரத்தத்தைச் சூலகத்திலும் மார்பகத்திலும்
உறிஞ்சாத
ஆணினமொன்று உருவாகச் சபிப்பேன்!

2015

Women's thighs are a problem
Breasts, oh, big problem
Let's not even start with the Vagina
The blood that flows from it,
It is disgustingly shameful!

It is a sin to look at these body parts
For women to speak of them is the biggest sin of all
Hide, cover and constantly keep it hidden.
It is to always be unsaid – women's bodies
Unsaid and unclean.

That glorious creation of god – the male body
The home of purity – men
Let them not come out of that unclean body!
And let them not be born of women!

Before the great scientists discover
Planets that are many thousand miles away from us
These amazing scientists,
Let them discover the womb in which they all live

Let them not live in the womb
Let them not come thorugh the vagina
Touching women's thighs
Drenched in menstrual blood
Suckling on sweat covered women's breast.
Let them create themselves without women.

I curse the male-kind to be created
Without living in women's wombs
Without the need for the pain of childbirth for women
Without sucking women's blood in the womb and from the breasts
I curse them.

2015

பெண்களின் ஆடைகள்

பூட்டி வையுங்கள் - போதாதெனில்
அடையாளப் போர்வைகளை
எம்மீது சாத்துங்கள்
வர்ணங்களையும் நீங்களே சொல்லுங்கள்

குறுக்குங்கள் நீட்டுங்கள்
போதை கொள்வதற்காய்க் குறுக்குங்கள்
பொறாமை கொண்டு நீட்டுங்கள்
பின்னர்;
சதுரங்கப் பந்தயத்தில்
எங்கள் துகில்களை உரியுங்கள்

நானோ என் உடையில்
உங்கள் சந்தேக அழுக்கை
வன்முறையின் கறைகளைக்
கழுவும் திராவகத்தைத்
தேடிக்கொண்டிருக்கின்றேன்

என் பெறா மகன்களே!

அந்தக் கேடுகெட்ட கூறுகள்
உங்கள்
பரம்பரையலகுகளில் இருந்து
நீக்கப்படும் கூர்ப்பிற்காய்
காத்திருக்கின்றேன்

2020

Lock us up in our clothes
If that isn't enough
cover us with blankets of identity
you decide the colour of those too

shrink us and spread us
intoxicate yourself by shirnking us
spread us thin for your jealousy
then disrobe us in your gambling games

Meanwhile, I search for a strong cleaning liquid
With which to wash away your suspicion
And stains of your violence
From my clothes

Oh sons that I did not birth!

I wait for your markers of tradition
To evolve and be rid of these symbols.

2020

உனக்குத் தேவையான அடையாளங்களை
என் மீது போர்த்து
தாவணியாய், சேலையாய்
முக்காடாய் முழு நீளமாய்
வியாபாரத்துக்குத் தேவையெனில்
முழு நிர்வாணமாயும்,
எனது ஆடை
உன்னால் என்மீது விதிக்கப்படும்
அதிகாரத்தின் குறியீடு

நானோ
வெயிலிலும் குளிரிலும்
துயரிலும் மகிழ்விலும்
இதமாய் உடனிருக்கும்
போர்வையைத் தேடிக்கொண்டிருக்கின்றேன்.
மகனே உன் பார்வையிலிருந்து
என்னுடலை மறைப்பதற்காக அல்ல
என் மனம் அவாவும் விடுதலையின் குறியீடாக!

2019

Cover me up in any identity you want
As a shawl, a saree, a purdah
Or if you need to, for business
Even by making me nude.
My clothes are a symbol
Of your hegemony over me.

Meanwhile, I search
For a blanket that will be with me
Comfortably
In the heat and the cold
In sadness and joy.
Not to cover my body from your eyes my son
But as a symbol of my heart's deep desire for freedom.

2019

கூர்ப்புப் பிழை (அல்லது கடவுளின் தவறு)

அறிவுடை மனிதர்
நினைக்கின்றனர்
கூர்ப்பைத் தாங்களே
நிர்ணயித்தல் வேண்டுமென...

கூர்ப்பில்,
உடலைப் போர்த்தும்
தோலின் போதாமை
மனிதருக்கு

செயற்கையாய்
போர்த்தப்படாத உடல் - அது
(நிர்வாணம் என்றழைக்கப்படும்)

ஆடைகளால்
போர்த்தப்பட வேண்டியது
உடல்கள்
குறிப்பாகப் பெண்களது...

ஆண்களின் கண்கள்
இச்சையுற அல்லது
அச்சமுற...
மூடப்படும்
பெண்களது உடல்கள்

கூர்ப்பில்
எல்லா ஆண்களும்
ஒரே இனம் அல்ல,

போர்த்தப்படாத பெண் உடலின்
மூடப்படாத
கண்களைக் கண்டால்
கால்களைக் கண்டால்
பெண்ணின் தோள்களைக்
கண்டால்
எழும் குறிகள் கொண்டோர்
எனும் தனித்தனி இனங்கள்...

*சம்மதமில்லாப் பெண்ணின்
இயற்கை போர்த்திய
தோல் மட்டும் உடுத்த
உடல்களைக் காணினும்
எழாக் குறிகள் உடையோர்
அழிந்துகொண்டிருக்கும்
உயிரினமாக...*

2019

Evolutionary mistake (or God's mistake)

Smart people think
That they must control evolution

The evolution of skin
To cover our bodies was inadequate
For humans

A body that isn't covered
With artificial materials
(also known as nirvana)

Bodies are meant to be
Covered with clothes
Especially women's bodies...

Women's bodies are to be covered
So that men's gaze may not cause
Desire
Or fear
Of women's bodies

In evolution,
All men are not of the same kind.
Men who are aroused
To see women's uncovered eyes
Or legs or shoulders
Are of one kind.

Men who aren't aroused
even if they see women's bodies
covered only by the natural cover of skin
if she hasn't consented to his gaze.
Those men are an endangered species.

2019

Kamala
Vasuki
August 2023

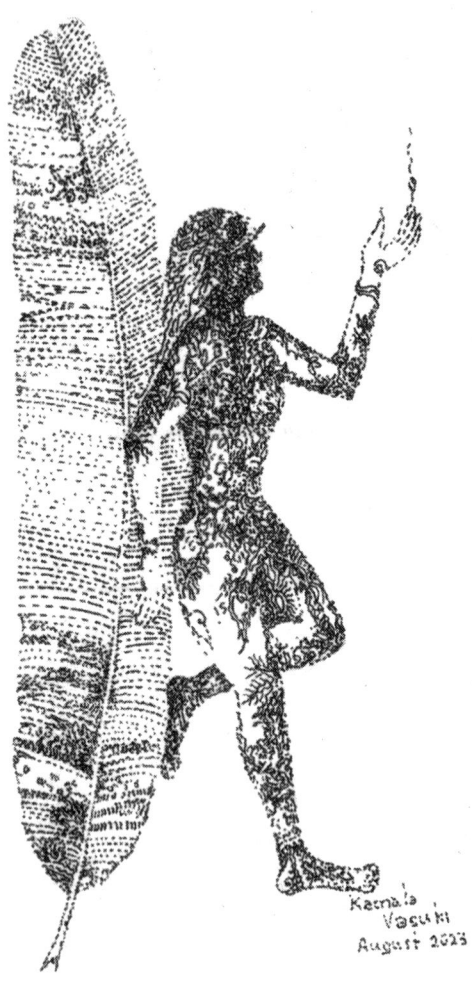

ஆழ வேர்களதும்
நெடுவானம் தொடும் கிளைகளதும்
அதில் - அமரும் பட்சிகளதும்
கனவுகளுடன்
பெருவிருட்சங்களாய்
ஆதித்தாய்கள் மௌனித்திருக்க

கிளைகளை முறித்துக்
கனிகளை ஆய்ந்து
ஆண் கனிகளை
நிலத்திலும்
பெண் கனியைத்
தொட்டியிலும் போட்டு
மற்ற கனிகளைத்
தூக்கி வீசி

நஞ்சூட்டி வளர்த்தெடுத்தலே
மரபாம்...

கூடவே காவலிருக்கும்
கல்லிலும்
சொற்களிலும்
மரத்திலும்
இன்று பிளாஸ்டிக்கிலும்
சிறைப்பிடிக்கப்பட்ட
அவரவர் கடவுள்கள்

தொட்டிகளை விட்டு
வெளியேறத் துடிக்கும்
வேர்களைக்
கிள்ளி எறிதலே
மரபென்கின்றார்

உலகெங்கும் அலையும்
ஆதித்தாயின் ஆன்மாவுடன்
ஆயிரமாவது சந்ததியில்
தொட்டியுடன் அலையும்
நானும்

2021

Ancient mothers, as great old trees, remain silent
Holding the dreams of
Deep roots,
Branches that reach the skies
And the birds that rest on those branches

Break the branches,
Pluck the fruit,
Throw the male fruit to the ground
Put the female fruit in pots
And discard all other fruits.
Feed the pots with poison
And grow the plant.
This they say is tradition.

Alongside, in stones, words, trees
And nowadays in imprisoned plastic
Are eveyrone's respective gods
Who stand guard of these traditions

They say it is tradition
To pluck and discard the roots
That are desperate to grow beyond the pots

With the spirit of
The ancient mothers
Who roam this whole world
I too roam
as one who is of her lineage,
a thousandth generation.
I too roam with a pot.

2021

கனவுகளின் புதைகுழியில் ஒரு தேசம்

போகக் கிடைக்காத ஊரொன்று
போகக் கிடைத்ததென்று சொன்னார்கள்
சிறப்பும் செல்வாக்கும்
ஒழுங்கும் அமைதியுமாய் முகங்கொண்ட
சிட்னியில்
தொலைத்தேன் என் நிம்மதியை...

காலிலும் காரிலும் சில்லுடன் அலையும்
மக்கள் திரியும் மென்தெருக்கள்
தெருக்களின் அடியில்
அடுக்கடுக்காய் நெரியும்
இயற்கையைப் பூசித்து
கனவுகளின் வழித்தடத்தில் வாழ்ந்தவரின் சந்ததிகள்...

சிறைகளிலும்
வலிந்துருவாக்கப்பட்ட தேசத்தின் ஓரங்களிலும்
ஒடுக்கப்பட்ட கனவுகள்
கால்பதிக்கக் கூசி
கட்டிலில் குறுகுகின்றேன்

கண்ணாடிக் கடைகள்
அமர்ந்தால் கரங்களில்
வண்ணப் பளிங்குத் திரவங்கள் சுமந்த கிண்ணங்கள்
அவற்றில் பட்டுச்சிதறும் வாகனங்களின் ஒளியில்
காலங்களைக் கடந்தும் ஊடுருவிப் பார்க்கும்
முதல் மனிதரின் கண்ணீர்க் கண்கள்

பனி தடவும் மலை முகடுகளினிடையால்
பாதைகள்
இண்டுகள் இடுக்குகள் எங்கும் படிகள்
தொங்கும் பாலங்களுக்கிடையில் கிறீச்சிடும்
ஆதி மனிதரின்
நெரிக்கப்பட்ட குரல்வளைகளின் இறுதி மூச்சுகள்.

ஆளரவம் அறிந்து தானாகத் திறக்கும் கதவுகள்
தானாகத் திறக்கும் கதவுகளுக்குப் பின்னால்
அலையும் பூர்வீகக் குடிகளின் ஆன்மா,

தொலைத்த கனவுகளைத் தேடி
தொலையாக் கனவுகளைத் தலைமுறைகளுக்குக்
கடத்தும் கனவுகளுடன்
அலையும் ஆன்மாக்களின்
மூச்சை இழுத்த
துயர்சுமந்து திரும்புவேன்.

இன்றுவரை என் கனவுகளிலும் தடம் பதித்த
பூர்வீகக் குடிகளின் கனவுகள்

2013

A nation in the grave of dreams

They said I was lucky to go to a place
I hadn't been to before
A place with wealth and goodness
A place which looks orderly and peaceful
Sydney.
I lost myself in Sydney

People who roam with wheels on feet and in cars
Those smooth streets where they roam
Below those streets
Lay layers of history
Of those who worshipped nature
Of those whose ancestors
Lived along paths made of dreams

The prisons
And the crevices of the forcefully created nation
Are filled with crushed dreams
I feel trepidation to step on this ground
I shrink in bed.

Shops of glass
Once there and seated
glasses (wine) of shining colourful liquids in our hands
The light from vehicles that reflect off of our utensils
Are the tearful eyes of the indigenous person
That looks deep into and across time

Snow covered mountains
Paths
Steps all over the ditches and the crevices
In between the hanging bridges
Shrieks the last breathes
Of the choked indigenous person

Automatic doors that sense movement and open by themselves
The spirits of the indigenous that roam behind these doors

Searching for lost dreams
Smuggling un-lost dreams to future generations
I will return bearing the sorrow
Of having breathed in those roaming spirits
Till today, my dreams too
Have been touched by the dreams of the indigenous people.

2013

கனவு வழி நடந்தோர்...

நீல மலைகளுள் நிமிர்ந்து நிற்கும்
மூன்று சகோதரிகளின் நாட்டில்
வசந்தத்தின் வருகையுடன் மலரும் கனவுகள்
வெடித்துப் பறக்கும்
மகரந்தத் துளிகளுடன்
பறக்கும் கனவுகள்

பறவைகளின் பாடலும்
பாம்பின் தடமும் வழிகாட்ட
நதிவழி நடந்த
மனிதரின் கால்தடங்களின் மேல்
உருளும் இயந்திரச் சில்லுகளின்
இரைச்சலில்
உறைந்து கிடக்கும்
நீர்த் துவாரங்கள்

கொக்கட்டூ*வின் பேச்சை
மொழிபெயர்க்க ஆளில்லாத் துயரில்
வீசாது நிற்கும் காற்று

மலைகள் மரங்கள்
நதிகளின்
கனவு மொழி புரியா
மனிதரின் சிரிப்பில்
திக்கி நிற்கும் இயற்கை

2013

(மூன்று சகோதரிகள்: அவுஸ்திரேலியாவின் பூர்வீகக் குடிகளின் புராணக் கதைகளுடன் சம்பந்தப்பட்ட மலைக்குன்றுகள் – நீலமலைத் தொடரிலுள்ளவை)

(★ கொக்கட்டூ : ஒரு பறவை)

Those who walked in the path of dreams...

In the nation of the three sisters
That stands proud amidst the blue mountains
Dreams that blossom with the coming of spring
Dreams that fly
With the pollen that explodes

Guided by the song of the bird
And the tracks of the snake
We walk along the footsteps
Of people who walked along the river
Water holes that remain frozen
In the cacophony of
the pieces of rolling machinery

With sadness that
There is no one to translate
The cockatoo's words
The wind remains still.

Nature stands confused
in the smug laughter of humans.
Humans who cannot comprehend
the language of dreams...
Dreams dreamt by
mountains, trees and rivers.

2013

(Three sisters is in reference to indigenous people's lore about hills that are part of the blue mountain range)

அச்ச உடை களைந்து,
சந்தேக நோய் நீங்கி,
நம்பிக்கைக் கொடி பிடித்துப்
புன்னகை அணிந்த மாந்தர்
அணிவகுக்க,

போர்க்கருவியெல்லாம்
உருக்கிப் புரிந்த தண்டுகளில்
பறக்கும் ஒரு கொடி,

ஒரு பெண் வரைந்த ஓவியத்துடன்
தேசியக்கொடி
அவளின் தொப்புள் கொடி அறுத்துக்
கயிறாக்கி ஏற்றா,

அவள் உதரத்திலிருந்து எழும் கொடி
பறக்கும் வானில் - இசைக்கும்
என் மொழியில் ஒரு கீதம்

பெண் மொழியில் ஒரு கீதம்
அழிப்பதிலன்றி ஆக்கத்திலான
வீரம் பற்றியுரைக்கும் ஒரு கீதம்
பிறந்த குழந்தையின் முதற் கத்தலும்
பட்சிகளும்
கூட்டிசைக்கக் கூடிய ஒரு கீதம்

இசைக்கும் ஒரு நாளில்
காண்போம் சுதந்திரத்தை...

2007

Removing the clothing of fear
Having been cured of suspicion
Holding the flag of hope
There is a parade
Of smiling people

A flag that is on a flagpole
Made of all the melted weapons of war.

A national flag
With a painting by a woman
Not one that has as its rope
Umbilical chords ripped out of her

A flag that is raised from her core
In that sky – there will be a song
In my tongue

A song in women's tongue
A song that speaks of courage
That is of creation rather than destruction
A song with which
The first cry of a just born child
And the birds
can sing along.

On that day,
We will see freedom...

2007

அவள் மயிர் நுனிகளிலிருந்து
நீண்டுபோன
மரங்களின் ரேகைகள்
ஆண்டாண்டு கால
பூமியின் வாழ்தலைச் சொல்ல -அதன்
கிளையிருந்த கிளிகள்
இலைகளிடம் கதை கேட்கும்

வேரோடி அலையெழுந்து
அதன் நுனியில் மீனெழுந்து
சங்குகளிடம் சங்கீதம் கேட்க

சுழன்றெழுந்த சூரியப் பெண்கள்
கதிர் தணித்து நிழலிலிருந்து பேசும் பொழுது
வானமும் மெள்ளக் கீழிறங்கி காது கொடுக்கும்..

உலகு மீண்டும் மீண்டும் உயிர்க்க...

2018

The veins of trees
That grow out of the tips of her hair
Will tell the story of eons
Of life on this earth
The birds on its branches
Will listen to the story-telling leaves

From the roots emerges a wave
In the tip of the wave emerge fish
And ask for music from the conches

Sun-like women who emerge like a tornado
Soften their rays and converse in the shade
As they converse even the sky will come down
And lend a ear.

For the earth to come alive, again and again...

2018

A web of Grass Across Earth　　　　　　　　　　Kamala Vasuki

ஆதித்தாய் இங்கே வந்தாள்
மக்களைக் காண
ஆதித்தாய் இங்கே வந்தாள்

ஆதித்தாய் அன்றொரு காலம்
கண்ட சமத்துவம் மாயமாய்ப் போக
மக்களே மக்களைத் தாக்க
கேள்விகள் கேட்க வந்தாள் இங்கு, (ஆதித்தாய் இங்கே வந்தாள்)

ஆதித்தாய் எங்கள் அன்னை
அவள் வழியில் வந்தவர்
மக்கள் குடிகள்
மக்கள் குடிகள்
அன்னையரை மறந்தனரே
வன்மங்கள் கொண்டு
பெண்களையே வதைத்தனரே,

ஒரு மகள் அலற
ஒரு மகள் கதற
பேத்தியும் பூட்டியும்
பதறிடக் கருகிட

ஆதித்தாய் இங்கே வந்தாள்
கேள்விகள் கேட்க,
ஆதித்தாய் இங்கே வந்தாள்.

வேற்றுமை மறைய
ஒற்றுமை வளர
வாழ்க்கையின் அர்த்தம்
பெருகிட பெருகிட

ஆதித்தாய் இங்கே வந்தாள்
மாற்றங்கள் காண
ஆதித்தாய் இங்கே வந்தாள்.

2004

மூன்றாவது கண் குழுவினருடன் சீலாமுனை, கருவேப்பங்கேணிக் கிராமங்களில் செய்யப்பட்ட பெண்களுக்கெதிரான வன்முறைகளை இல்லாதொழித்தல் பற்றிய பட்டறையில் உருவாகிய வீதி நாடகத்துக்காக எழுதப்பட்டது.

(மெட்டு: அரசர் வருகைதரு – முல்லைத் தீவு கோவலன் கூத்து)

The ancient divine mother came to us
To see the people
She came here

The equality she knew
Is now an illusion
People attack people
And so she came to ask questions

The ancient divine mother is my mother
But people of her lineage
Have forgotten their mothers
They violently attack women

one daughter screams
another shouts
grandchild and grandmother
burn away in fear

The ancient divine mother came to us
To ask questions
She came here.

For division to disappear
For unity to blossom
For the meaning of life
To grow and grow

The ancient divine mother came to us
To see such changes
She came here.

2004

This song was written as part of street plays that were evolved in workshopson violence against women in Seelamunai and Karuveppankeni villages by the Third Eye group.

(Tune: Entry of the king, Kovalan koothu from Mullaitheevu)

சமத்துவம் சமத்துவம்
சமத்துவமாய் வாழ்ந்து காட்டுவோம்
வாழ்வோம், வாழ்வோம், வாழ்வோம்
சமத்துவமாய் வாழ்வோம்,
சமத்துவமாய் வாழ்ந்து காட்டுவோம்

தன்மானம் என்பது - வெறும் பேச்சினில் இல்லை
ஏற்றத்தாழ்வை நீக்குவதெம் சமூகக் கடமை
பெண்கள்; ஆண்கள் சமத்துவமே சமூகத்தின் பெருமை
புதுப் பண்பாடு படைத்தல் தமிழ் மக்களின் தேவை

காதலுடன் நட்பும் கொண்ட இணைதல் கொள்ளுவோம்
அடக்குமுறை இல்லாத் திருமணங்கள் செய்குவோம்
ஆணை விற்கும் சீதனமுறை ஒழித்துக் காட்டுவோம்
பெண்ணைச் சுற்றும் தாலிக் கயிற்றைத் தூக்கிப் போடுவோம்

சமத்துவம்

எங்கள் வாழ்வு எங்களது கேள்விகள் கேட்போம்
மடமையான சடங்குகளை மாற்றி அமைப்போம்
போலி மாயைப் பெருமைகளைப் பிடுங்கி எறிவோம்
பெருமையான பண்பாட்டைப் படைத்துக் காட்டுவோம்

தமிழ்மொழியில் தாய்மொழியில் பெருமை கொள்ளுவோம்
எம்மொழியில் செம்மொழியில் வாழ்தல் காணுவோம்
சமஸ்கிருதம் எதுக்கு - தமிழ் இருக்கு நமக்கு
தமிழ் மொழியால் வாழ்ந்து காட்டுவோம்

சமத்துவம்

2018

இலங்கையின் பொப்பிசைப் பாடலான சுராங்கனி மெட்டில் எழுதப்பட்டது.

Equality, equality
We will live with equality
We will live it. We will live it
In equality we shall live
We shall live with equality

Self-respect isn't just a slogan
It is our social responsibility to remove hierarchies
For men and women to live equally is the pride of society
It is the need of the Tamil people to create a new culture

*****Equality*****

We will come together in romantic love that is also friendship
We will have marriages without oppression
We will eradicate dowry that buys men for a price
We will discard the thaalithe marriage thread that suffocates women

*****Equality*****

Our life is ours and we will ask questions of it
We will change nonsensical rituals
We will uproot false illusions of pride
We will make a culture that we can be proud of

*****Equality*****

We will take pride in Tamil, our mother tongue
We will live in our language, our special language
Why do we need Sanskrit when we have Tamil
We will live in Tamil

*****Equality*****

2018

A song composed in the srilankan pop-song 'Surangani' tune. The lines have been added and changed to suits the context.

ஐந்து பேரு சேருங்களேன்
பத்து பேரு சேருங்களேன்
கடனொன்று தாறம் மாமி, மாமி
கடனொன்று தாறம் மாமி

ஐந்து பேரும் சேருவம் நாம்
பத்து பேரும் சேருவம் நாம்
கடன் மட்டும் வாங்க மாட்டோம் - தம்பி
கடன் மட்டும் வாங்க மாட்டோம்

கோழி வளர்க்க கடன் தரவா
கூடு கட்ட கடன் தரவா -
சொல்லுங்கோ அருமை மாமி

கோழிக் கடனும் வேண்டாம் தம்பி
கூட்டுக் கடனும் வேண்டாம் தம்பி
சுரண்டாமல் போங்கோ தம்பி - சும்மா
வாழ விடுங்கோ தம்பி

நாள் வட்டிக்குக் கடன் தரவா
கிழமை வட்டிக்குக் கடன் தரவா
சொல்லுங்கோ ஏமாளி மாமி - மாமி
சொல்லுங்கோ ஏமாளி மாமி

தேடித் தேடித் தருவீங்கள்
துரத்தித் துரத்திப் பறிப்பீங்கள் -
உங்கள் கள்ளம் புரியும் தம்பி - நாங்கள்
ஏமாற மாட்டோம் தம்பி

முதலும்; கட்ட வேண்டாம் மாமி;
வட்டி கட்டினால் போதும் மாமி; -
வாங்கிக்கொண்டு போங்கோ மாமி - மாமி
வாங்கிக்கொண்டு போங்கோ மாமி

முதலும் எமக்கு வேண்டாம் தம்பி
வட்டி தரவும் மாட்டோம் தம்பி
நிம்மதிதான் வேணும் தம்பி - வாழ்வில்
நிம்மதிதான் வேணும் தம்பி

2021

உரையாடல் வடிவிலான இலங்கையின் பொப்பிசைப் பாடலான 'சோளஞ்சோறு பொங்கட்டுமா' மெட்டில் எழுதப்பட்டது

Five of you get together
Ten of you get together
We will give you a loan aunty, oh aunty
We will give you a loan

We will get together, five of us
We will get together, ten of us
But we will not take a loan - brother
We will not take a loan

Shall I give you a loan for chicken
Or for the chicken coop
Tell me dear aunty

I don't want a loan for the chicken brother
Or for the coop
Don't exploit me and just get lost little brother
Let us live in peace.

Shall I give you a loan wiih daily interest
Or with weekly interest
Tell me dear aunty, foolish aunty
Tell me my foolish aunty

You will first come behind us and give us loans
Then you will chase us to get money back
We know your tricks brother
We aren't going to fall for them

You don't need to pay back the loan aunty
Just keep paying the interest aunty
Come on aunty! Take the loan
Come on!

I don't want your loan brother
Or your interest
All I want is peace of mind brother
All I want is peace of mind.

2021

A song composed in the srilankan pop-song , 'Solam Soru ponkattuma' tune.

நுண் கடன் பக்கம் போகாதே
உன்னைப் பிடித்துக் கொல்லுமே
ஏய்ப்பவன் வாழ்ந்திட
நாங்கள் தேய்ந்திட
ஏமாளி ஆக்கிடும் - இந்தக் கடனே!

அதை இதை தருவம் எண்டு சொல்வாங்கள் - எங்கள்
வாழ்க்கையையே அறுத்துக்கொண்டு போவாங்கள்
கடனுக்குக் கடனாம்
வட்டிக்கு வட்டியாம்
ஏமாற நாங்கள் என்ன மடையரா?

உழைத்து உழைத்து சிறுகச் சிறுக சேர்ப்போம் நாம்
வாழும் கனவில் கடனும் வாங்க நினைப்போம் நாம்
உள்ளதும் போய்விடும்,
ஒட்டாண்டி ஆக்கிடும்
கேடு கெட்ட இந்தக் கடனாலே!!!

குழுவாய்ச் சேர்ந்து பலம் பெறத்தான் நினைத்தோமே
பெண்கள் நாங்கள் இணைந்து பலவும் செய்தோமே
குழுக்களை உடைத்தனர்
தமக்காய் மாற்றினர்
எதிர்த்தே இணைந்தோம்
இந்த நாளில் நாம்!!!

கடனுக்கடிமையாக மாட்டோம் நாங்களே
அடிமை வாழ்வு எதிலும் எமக்கு வேண்டாமே
உரிமைக்காய்ச் சேருவோம்
உறுதியாய் வாழுவோம்
பெண்கள் நாம் எம்
பலத்தைக் காண்போமே!!!

2021

இலங்கையின் பொப்பிசைப் பாடலான 'கள்ளுக்கடைப் பக்கம் போகாதே' மெட்டில் எழுதப்பட்டது.

Don't go near microcredit
It will get a hold of you
Those who profit off of it live well
As we all keep shrinking
This loan will make a fool out of you

They will promise you this and that
They will rip our life away from us
Loan for a loan
Interest upon interest
Are we idiots to keep getting fooled?

We will toil and we will slowly save
For the dreams of our life we will get a loan
The little we have will be lost
We will have nothing
Because of this awful microcredit

We wished to become stronger as a group
We women got together and did many things
They broke our groups
They turned them into groups they needed
Let us come together in protest
In this day!

Let us not become slaves of the loan
Lets not make a life of a slave for ourselves
Let us come together for our rights
Let us live with conviction
Let us realise our strength
As women!

2021

A song composed in the srilankan pop-song , 'Kallukadai Pakkam Pokathe' tune.

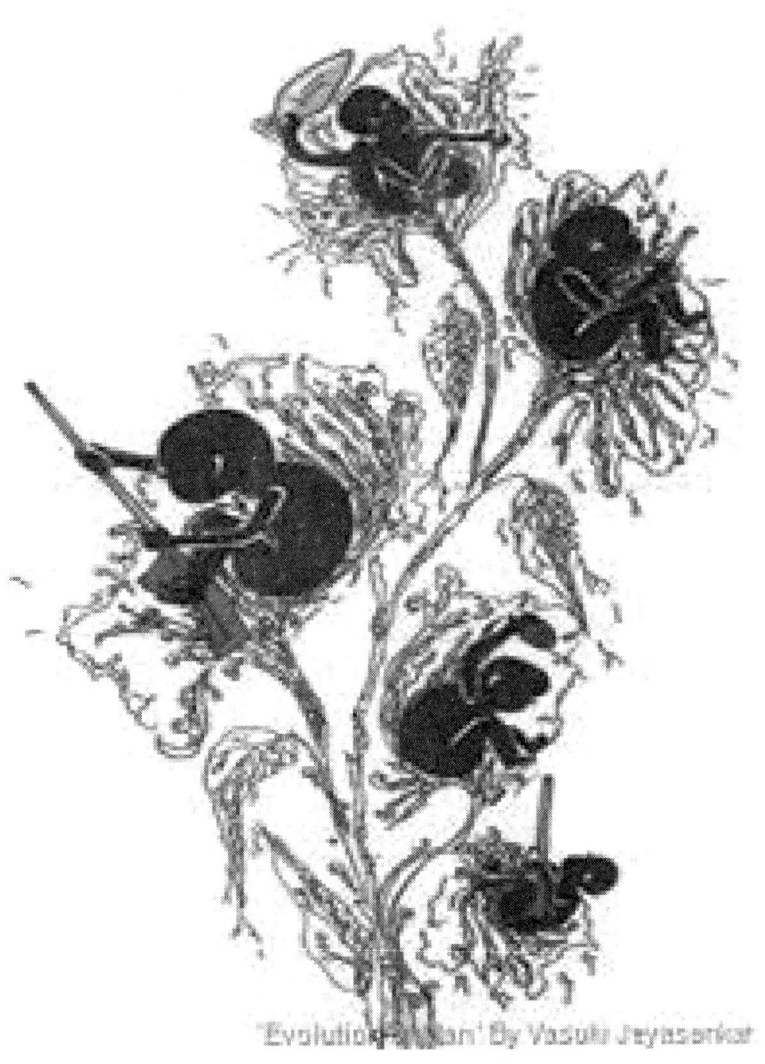

'Evolution [illegible]an' By Vasuki Jeyasankar

வரம் தர வாரீர்
ஒரு வரம் தாரீர்
உலகிலுள்ளோரே - ஒரு வரம் தாரீர்

கனவில், நினைவில்
தவமாய் உயிர் அடியில்
கனக்கும் என் பிள்ளை- பிறக்க வரம் தாரீர்

அணுவோ ஆயுதமோ
சகோதரனின் ஆத்திரமோ
கொல்ல முடியா என் பிள்ளை
இயற்கையால் அன்றி வேறெதனாலும்
இறவா வரம் பெற்ற என் பிள்ளை

காற்றை விற்கா,
நீரை விற்கா,
அண்டம் பிளக்கும் ஆயுதந் தரிக்கா,
கருப்பைச் சுவரைச் சுரண்டத் தெரியா,
தளிர்நடை பயின்ற புல்லின் மீது
அமில மழை பொழிவிக்கத் தெரியா,
அறிவற்ற என் உயிர்க் குழந்தை
பிறப்பதற்காய் - ஒரு வரம் தாரிர்

இன்று பிறக்கேல் என்றும் பிறக்கா
மனிதக் குழந்தை - பிறப்பிக்க வாரீர்.

2002

Come together to grant a boon
Oh people of the world
Come together to grant a boon

Grant a boon for
My child whose weight I bear in my dreams and my thoughts
My child whose weight I bear at the core of my being as a penance
Grant a boon for that child to be born

My foolish child
Who doesn't sell the wind
Or water
Or make weapons that split the earth in two
Or doesn't know to have acid rain
Come down upon the soft grass on which the child learnt to walk
Grant me a boon for this foolish child to be born.

If it isn't born today, it may never be born
So let us come together to birth this human baby

2002

தாய்மை

கனவும் நனவுமிலாக்
கானகத்தில்
கொடி பிடித்திறங்கிக் குதித்தோடும்
அச்சம் - என் குழந்தை

தொப்புள் கொடியறுத்து நிலம்
வீழ்ந்த கணத்தில்
சுவாசித்த வெறுப்பைக்
கதறும்... பின்,

கடைவாய்க் குமிண்சிரிப்பும்
களவும் வழிய
காழ்ப்புடன் எனக்கே
உமிழும் - விழிதிருப்பி

முன்னரே காத்திருக்கும்
முன்னவனைக் களம் கொள்ள
நிலம் விதைத்திருக்கும்
ஈட்டி தரித்து எதிர் நடக்கும்.

கனவும் நனவும் உதறி
எழுவேன் நான்,
முன்னவன் பின்னவன்
கொலையுறத் தாய்மை கொளேன்

2002

Motherhood

In the forest
With no dreams or thoughts
My child is
The fear that holds up a flag and runs around

When it falls to the ground
After the umbilical chord was cut
It will cry from the hate that
It has breathed in.

As stealth and snarky smiles flow
It will grudgingly turn to me
And spit at me

It will march ahead with
The spade that was stabbed into the land
To declare it as one's territory

I shake off the dreams and the thoughts
And awake
I will not embrace motherhood
To be killed by and killing brothers.

2002

தாய்க்கும் இயற்கைக்குமான
தம் துரோகம் மறந்து,
புதிய வரைவிலக்கணங்கள்
கண்களில் வடிய,
கைகள் அவை வழி கொல்லும்.

யார்க்கும் யாரிலும் அன்பற்றுப் போக...

அரசுரிமை வீட்டுள்ளும் பேசத் தொடங்கா
பெண் குரலின் சிறைவைப்பில்
சுவைகண்ட வேலிகள் சுற்றிச் சுழன்று
அனைத்தையும் சிறைப்பிடிக்க,

சிந்தனை விரிக்க முடியாச் சந்தேகச் சிறையுள்
சத்தமாய்ச் சிரிக்கவும் சந்தேகமுறும் மனது
இவையற்ற ஊரொன்று இவ்வுலகிலுள்ளதோ என
உயிர் கிடந்து அவாவி
அன்றன்று வாழ்வதில் மட் டும் மகிழும்.

கொல்வதற்கான காரணம்
துரோகம் - புது வரைவிலக்கணம்

வாழ்வதற்காய் அன்றி
போருள் சாவதற்காய்
ஒரு பிள்ளைபெறத் துணியா
பெண்ணுரிமை காண்போம் வாரீர்!

2006

We forget our betrayal
Of mother and of nature
New definitions
Flow from the eyes
Hands will kill those paths

Let there not be love for anyone in anyone

The imprisonment of women's voices
Voices that might begin speaking of rights at home too
The fences that imprison got a taste of control
And now they seek to imprison everything,

In the prison of suspicion that makes an open mind impossible
The heart that is suspicious of even laughing heartily
My being yearns for a place without such things
And simply takes pleasure in living evveryday

Reason for murder – betrayal – new definition

Have the courage to not bear a child
A child for death and not for life
Come! Let us realise our rights as women!

2006

முன்னுள்ள ஓர் உயிரைக்
குறிபார்க்கும் கணத்தில் - தன்னுயிர்
கொடுக்கத் தாய் பட்ட வேதனையை
நினைப்பான் ஒருவனுளனேல்
அவன்பால் கொள்க பெண்கள் தம் காதல்

2006

In a moment when a life right in front
Is being targeted for death
If there is a man who can recall
The struggle of his mother to give birth to him
Let women offer their love to him

2006

கருக்கலைப்பு

இயந்திரத் துப்பாக்கியுள் செலுத்தி
அதை அழுத்தி ஒரு குண்டை
உமிழச் செயும் விரலின் உணர்வை விட
மலினப்பட்டுப் போனது பிரசவ வலி

இனமும் மதமும் அறியாச் செருக்குடன்
கைகளை வீசி உலகை அளக்கும் - பிஞ்சின்
பின்னும் முன்னும் அடையாளக் குறிகளிட்டு
அழிப்பதற்கான நாள் வைக்கும் குரோதம்

ஆயின்
கொடுப்பவனும் நானே கொல்பவனும் நானே
கருவில் நீ கொல்லற்க எனத் தடைவிதிக்கும்.

தாயின் கரு உதித்த
ஒரு பிள்ளையைத் தன்னும் கொல்லும் அதிகாரத்தை,
இனத்தின் பெயராலும்,
மதத்தின் பெயராலும்
உலகத் தலையென்ற பெயராலும்
யாரும் எடுப்பரெனில்
கருவிலேயே கரைக என் பிள்ளாய்!

போர்களை நிறுத்தியபின்
கருக்களைப் பற்றிப் பேசுவோமாக!

2006

Abortion

The pain of child birth
Has become cheaper than
The feeling of pulling a trigger
To make a bullet go through

To pin symbols of identity
In the front and back
Of the small child who walks arms akimbo
With the glory of not knowing it's ethnicity or religion
The rage that is behind pinning symbols in order to destroy that child

But
I am the one who gives and takes life
I am the one who bans you from killing in the womb

If anyone will take awat the right
To kill a child that blossoms in a mother's womb
In the name of ethnicity
Or religion
Or any other world power
Let that child of mine dissolve in my womb

Let us stop the wars
And then speak of wombs!

2006

கருக்கள் கருகி,
சூலகங்களில் கட்டிகளாய்த் தங்கிப்போகட்டும்
பாலாகிக் கசியும் குருதி
திசை தவறி
கருப்பைகளில் தங்கி
யோனி வாய் பெருகட்டும்.

பெண்களின் மரபுரிமையாய்ப் போன
பேற்றுச் சுமையும் வலியும் அற்றுப் போக...
வரலாற்றுக் காலங்களைக் கடந்து ஓடும்
தாய்க்குருதியும் வற்றிப் போகட்டும்.

எங்கள் பிள்ளைகள்
ஒருவரையொருவர் கொன்றனர்.
ஒருவரையொருவர் வலிந்து புணர்ந்து
வக்கிரங்களின் நாகரிக
உச்சங்களைத் தொட்டனர்

'நின்றறுக்கும்' தெய்வங்கள்
முன் நின்று கதறினும்
நியாயம் தரத் தவறிப்
பொன் வேலிகளுள் சிறையிருப்பில்,
அவர்களுடன்

'அன்றறுக்க' முடியா
நீண்ட மௌனத்துடன்
தெய்வமாகிப் போன சட்டங்கள்
'ஜனநாயகக்' கொலுவிருப்பில்

மானுடம் வாழும் எனும்
நம்பிக்கை இனும் உளதேல்...
இன்னமும் சொச்சமாய்
நீதி ஒன்றுளதேல்

கொல்கவெனக் குரலிட்ட வாய்கள்
அன்னையருக்காக
விரதங்கள் காக்கட்டும்,
இழந்தவர் வீடுகளை
அன்பால் நிரப்பட்டும்
கொல்ல எழுந்த கரங்கள்

கொல்லப்பட்டோர் குழந்தைகற்காய்
நஞ்சற்ற உலகொன்றை ஆக்கட்டும்

அன்பினால் ஓர் உலகம்...
பெண்களின் நீதியே அதுவாகட்டும்!!!.

2009

*Let embryos wither
And remain as uterine fibroids.
Let the blood turning into milk
Lose its way
Remain in the uterus
And flush out through the vagina.*

*Let the legacy of women
To bear pregnancy and painful delivery
Be nullified.
Let mothers' blood flowing beyond
Historical time go dry.*

*Our children killed each other
Violently raped each other
Reached the pinnacle
Of vulgar civilization.*

*Even if the Deities that 'render justice'
Plead in front of them,
Justice was denied
And they remain imprisoned
within golden fences.*

*Along with them
Laws that have become gods
Remain in long silence
An exhibition of 'democracy'.*

*If you still hope
That humanity will survive ...
If there is still
Any remnants of justice left ...*

*Let the mouths that ordered to murder
Observe fasts for mothers.
Fill the houses of people who had lost their
Loved ones, with love.
Let the hands that rose to kill*

Build a world without poison
For the children of those who were killed.

A world made of love...
Let this be the justice of women!

2009

இனமும் மதமும் அறியாச் செருக்குடன் கைகளை வீசி
உலகை அளக்கும் பிஞ்சின்

பின்னும் முன்னும்
அடையாளக் குறிகளிட்டு
அழிப்பதற்கான நாளைக் குறிக்கும்
குரோதம்

ஆயின்

கொடுப்பவனும் நானே
கொல்பவனும் நானே
கருவில் நீ கொல்லற்க
எனத் தடைவிதிக்கும்
பெண்களிற்கு

தாயின் கரு உதித்த
ஒரு பிள்ளையைத் தன்னும் கொல்லும் அதிகாரத்தை,
இனத்தின் பெயராலும்,
மதத்தின் பெயராலும்
உலகைத் தலையென்ற பெயராலும்
யாரும் எடுப்பரெனில்
கருவில் கலைக என் பிள்ளாய்!

2006

The young wave its arms with pride
Least aware of race and religion.

Enmity follows making
Identity markers at the front and back
Fixing the time to destroy.

But –

I am the one who gives
The one who kills
O woman! thou shall not destroy
The fetus in the womb, order proclaims!

My child!
Even if a single child born of a mother's womb
Is killed in the name of
Race
Religion
Rule of the world,
If someone has that power –
My baby,
Dissolve in my womb.

2006

எங்களுக்காய் இனியொரு இறப்பும் வேண்டாம்

பெண்களின் கர்ப்பவலி
வாழ்வதற்காய் அன்றி
சாவதற்காய் அல்ல...

தமிழிற்காய் சாவதில் வீரம் கண்டோர் வாழ்க!

இனி
மனிதராய் வாழ்வதில் வீரம் காண்போம்!
அழிவதில் அன்றி உயிர்ப்பதில் வெற்றி காண்போம்!

மீண்டும் துளிர்த்தெழும் வாழ்விலும்
காலத்தின் நினைவுகள் காவி
நீதிக்கான கதவுகள் நோக்கிய எமது பயணத்திலும்
அழிவுகளற்ற ஓர் நேரிய பாதை காண்போம்.
இனியொரு இறப்பும் வேண்டாம்.

தாயிற்காக
தாய் மொழிக்காக
தாய் நிலத்துக்காக
சாவதில் அன்றி
வாழ்வதில் வெற்றி காண்போம்.

எங்களுக்காய் இனியொரு இறப்பும் வேண்டாம்.

2009

We do not want any more death for our sake

Women's pangs of delivery
Are for life. Not death.

People who find valour in dying for Tamil - Hail hail!

From now on -
Let's find courage in living as humans.
Let's seek victory in staying alive
And not in destroying.

In the lives that sprout again
In the journeys towards the doors of justice
Lugging our memories,
Let us find a solemn path without any destruction.
Let us not have any more deaths.

Instead of dying for
Mother tongue and
Motherland
Let us succeed in living.

We do not want any more deaths in our name.

2009

பிரகடனம்

இனத்தின் பெயராலும்
மதத்தின் பெயராலும்
பெண்கள் மீது கட்டுப்பாடுகள் வைக்கும்
மகன்களைப் பெற்ற தாய்மாரே!

இனத்தின் பெயராலும்
மதத்தின் பெயராலும்
பெண்கள் மீது கட்டுப்பாடுகள் வைக்கும்
ஆண்களைக் காதலிக்கும் பெண்களே!

வைப்போம் ஒரு ஒப்பாரி
பெண்களைத் தீட்டென்று கருதாத,
பெண்களைப் பண்டமாகக் கருதாத
பெண்களின் உடலுக்கு அச்சமுறாத
பெண்களை மதிக்கும்
பெண்களின் வளர்ச்சியில் பெருமையுறும்
ஆண்களைப் பெறும்வரை
வைப்போம் ஒப்பாரி

அதுவரை,
பெண்களைக் கட்டுப்படுத்தும்
ஆண்களைப் பெறோம்!

பெண்கள் மீது கட்டுப்பாடுகளைத் திணிக்கும் இனத்து
ஆண்களைக் காதல் செய்யோம்
பெண்கள் மீது கட்டுப்பாடுகளைத் திணிக்கும் இனங்களுக்காய்
பிள்ளைகள் பெறோம்!

2019

A Declaration

Mothers who birthed sons
Who control women
In the name of race and religion!

Women who love men
Who control women
In the name of race and religion!

Let us wail together!
Let us cry till we get men –
Who do not treat women
As untouchables or objects,
Who are not afraid of
Female bodies,
Who treat women with dignity
Who value women's achievements.
Till such time, let us wail.

Till then,
We shall not beget men
Who control women.
We shall not be lovers of those
Who belong to the race imposing controls over women.
We shall not bear children to those
Who are part of the races oppressing women.

2019

பிறக்காத எம் பிள்ளைகள் பிறக்காதே போகட்டும்!!!

என் கைபிடித்து நடந்து
கதையளந்து வளர்ந்த
என் கண்ணம்மா
இழுவுண்டு போனாள்
அவர் கரங்களில்- இன்னும்
காணவில்லை நானவளை

அண்ணாந்து பார்க்கும்
உயரம் கொண்டவன்
என் உயிர் மகன்
செவ்வரத்தம் பூக்களுடன்
வளர்ந்தவன் - கூடவே
வளர்ந்த துப்பாக்கிகள்
கரம் கொண்டு போனான்
வரவேயில்லை இன்னும்
செவ்வரத்தை மட்டும்
கிணற்றடியில் பூக்கிறது

மற்றவனோ,
ஆணாக நான்
வளர்த்த பிள்ளை - முழு
மனிதனாய், தந்தையாய்
தன்னகங்காரம் கொண்டோனாய்
வன்கொடுமையாளனாய்...
செத்தானோ இருக்கானோ
நானறியேன்

எஞ்சியவள்,
கேட்டதெல்லாம் கிடைக்க
வளர்ந்தவள்
வர்ணமாய் வாசமாய்
வர்த்தகமாய் வந்தவை எல்லாம்
நுகரக் கிடைத்தவள் - எம் செல்லம்
முழுப் பெண்ணாகும் முன்னரே
உள்ளிருந்து அரித்த
நோயுடன் போனாள்

நஞ்சுற்ற மனங்களுக்கும்
நஞ்சூறிய உணவுக்கும்
நஞ்சாகவே வந்த ஆயுதங்களுக்கும்
நானொரு பிள்ளை பெறேன்!

2019

Let our unborn child remainunborn

My dear girl, pupil of my eye!
Who grew
Holding my hands
Chatting with me
Was dragged away.
I still have not seen her.

My dearest son, my very life!
So tall, I had to look up to see him
Grew up with hibiscus flowers -
Went away carrying guns in his arms.
He still has not returned.
Hibiscus flowers bloom
At our backyard still.

Thc other one
I brought up as a boy
Became a full-grown male
A father
A proud man
A violent person ...
No idea if he is alive or dead
I do not know.

The last one - my pet,
Grew up enjoying all she wanted.
She got all the colourful, sweet-smelling goods
Sold in the shops.
She passed on even before becoming a woman
By a disease that ate her from within.

I shall not birth a child
For the poisonous hearts
Poisoned food
Arms that came as poison.
I will not!

2019

நீர்ச் சுவாலை

பொங்கிச் சிரித்த என் சிரிப்பொலியில்
துள்ளியெழுந்து தொடை நனைத்துச்
சின்ன சேட்டைகள் செய்யும் சிறுதோழி!

எப்படித் திரண்டாய் பேரலையாய்?

கண் மூடிக் கை விரித்து உடல் சரிக்க
இழந்த என் தாய்மடியை மீட்டுத் தரும்
நீரலை - மெல்லெனத் தாலாட்டும் என் தாய்

ஏன் சினங்கொண்டாய் கொடும் அலையாய்?

நான் கேட்க,

ஒரு சிறு வைரமாய் என்மடி விழுந்த துளி
தட்டி விட மனமிலா மின்னும் சிறு துளி
சுவாலையாய் எழுந்த தன் கதை சொல்லும்.

எல்லார்க்காகவும் நானிருந்தேன்
எல்லாவற்றிற்காகவும் நானிருந்தேன்
உடலாயிருக்கிறேன், உணவாயிருக்கிறேன்
புல்லோ, புழுவோ, பெருமரமோ
வானைத் தொடுவதாய் நீ இட்ட கட்டடமோ
ஒன்றுதான் எனக்கு

இனங்கள் அறியேன், மதங்கள் நானறியேன்
சாதியும் பணமும், அறிவும் ஆயுதமும்
பொருட்டன்று எனக்கு

நானே உன் உயிராக
நானே உன் உடலாக - இருக்க
சிந்தனையில் மட்டும்
வேற்றுமைகள் கண்டாய் நீ

என் கரை வந்தாய்
இரைந்து நான் கூறினேன்
கரையில் நீ நடந்தாய்
கால் நனைத்துக் கதறினேன்,
என்னுள் அமிழ்ந்தெழுந்தாய்
உன் காதில் உரைத்திருந்தேன்

A web of Grass Across Earth

Kamala Vasuki

ஒன்றாய் இரு என்றேன்
உணரவில்லை நீ என்றும்
ஒன்றாய் எழுந்தேன் ஒற்றுமை நீ உணர
ஒன்றாய் வளைத்தெடுத்தேன்
ஓயாதோ உன் பேதம்?

2005

The flame of water

My little friend who played naughty games with me
Who rose with the wave of my laughter
And drenched me to my thighs, my little friend!

How did you rise up as a giant wave?

As I close my eyes, spread my hands and let my body go
You are the wave that returns to me
The lap of my mother who I have lost
You are the mother who sways me gently like a lullaby

How did you rise up in rage as a disastrous wave?

As I ask,

The drop that fell like a small diamond on my lap
The drop I don't have the heart to brush off as it shines beautifully
Tell me how you rose up as a flame.

I am here for everyone.
I am here for all beings.
As a body, as food,
Grass, worm or large tree,
tall buildings you build that touch the sky.
They are all the same to me

I know no ethnicity nor religion,
Caste or money or intelligence or weaponry
Are of no value to me.

I am your life
I am your body
In your thoughts
You made up divisions.

You came to my shore
I rumbled and spoke to you
You walked on the shores
I wet your feet and pleaded with you

You submerged yourself in me
I told you in your ears

I said to be united
You did not feel me.
So I rose as one
So you can realise your unity
Won't your division stop now at least?

2005

வலையெறிந்து வந்தது கடல் - நாம்
காலங்காலமாய்
வலைவீசிக் கொண்டு வந்து
காத்துக் காத்தடுக்கிக்
காவலிட்ட அனைத்திற்குமே
வலை வீசி வந்தது கடல்

காய்த்திருந்த தேங்காய் ஆயவில்லை
மாவில்
வெம்பிக் கிடந்த பழம்
வேண்டுமெனக் கேட்கவில்லை
வேம்பின் இலை உதிர்க்கவில்லை,

வேண்டிச் சென்றதெலாம்
நமதுயிரும் உடனிருப்பாய்க்
காத்துக் காத்தடுக்கிக்
காவலிட்ட செல்வங்களும்,

வலையெறிந்து வந்தது கடல்
வாரிச் சுருட்டிச் சென்றதில்
பிரித்துத் தரம்பார்த்து...
உடல்களைச்
சப்பாத்தி மீனாய்க் கரையெறிந்து சென்றிருக்கும்.

மீண்டும் வருமோ?

2005

The ocean threw a net over us – we
Who have been casting a net in the ocean
and we carefully stocked our catch
and protected it,
for all of that, the ocean is casting a net

It didn't pluck the coconuts that were ready
It didn't ask for the immatured from the mangoe tree
Neem leaves didn't shed

All that was taken
Was our lives and all that we had
The treasures we had carefully preserved

The ocean cast a net
And all that it caught
Perhaps it would separate and qualify
and maybe some bodies will be thrown back ashore
as those that don't have much value

Will it come back to us?

2005

இயற்கை: சின்ன மக்களே என் செல்ல மக்களே
இயற்கை என் கதையைக் கேளீரோ?

மனிதர்: அம்மா இயற்கையே என் அழகு இயற்கையே
உந்தனின் கதை கேட்க நின்றேனே

இயற்கை: ஐயோ பிளாஸ்டிக் ஆகாது போடாதே - என்
மேனியெங்கும் காயங்கள் தராதே
ஒரு நாளில் பாவித்து நீ எறியும் குப்பைகளால்
நான் அழிந்து போகிறதைக் காணாயோ????

மனிதர்: அம்மா இயற்கையே அற்புத இயற்கையே
தவறு என்ன நான் செய்தேன் சொல்வீரே

இயற்கை: சின்ன மக்களே என் செல்ல மக்களே
உங்களுக்காய் மட்டும் நான் இல்லையே

இந்த நிலம் காற்றுத் தண்ணீர் ஆகாயம்
எல்லாத்துக்கும் சொந்தம் அது தெரியுமா
சின்னக் கிருமி பெரும் சிறுத்தை,
குருவி மீன்கள் மரம் செடிகள்
எல்லாத்துக்கும் நான் பொதுமை புரியுமா?

மனிதர்: அம்மா இயற்கையே - உன் அற்புதப் படைப்பிலே
நானோர் சிறு பகுதி கண்டேனே

இயற்கை: அழித்தல் நிறுத்துவீர் - அறிவைப் பெருக்குவீர்
எல்லாமாக நானிருப்பேன் அறிவீரே!

2020

இலங்கையின் பொப்பிசைப்பாடலான, 'சின்ன மாமியே', மெட்டில் எழுதப்பட்டது.

Nature:	My children, my darling humans Won't you listen to me, nature? Wont you listen to my story?
Humans:	Our dear beautiful mother nature Tell us your story, we are waiting eagerly
Nature:	Ayyo, plastic is not good, don't throw it Don't hurt me all over my body
	Don't you see that you throwing away That which you use only once Is destroying me?
Humans:	Mother nature, my magical nature What did I do wrong, please tell me?
Nature:	Small children, my darling humans I don't just belong to you you know?
	I also belong to the land, the air, water and sky. From the smallest organism to the large leopard, little birds, fish, trees and plants I am the common resourcefor all of them, don't you know? Don't you understand?
Humans:	Mother nature - in your magical creation I saw one small part of it
Nature:	Stop the destruction - be thoughtful Know that then I will everything to you!

2020

A song composed in the srilankan pop-song, 'Sinna mamiye' tune.

தோட்டம் செய்வோமே - தோட்டம் செய்வோமே
பள்ளிக்குப் போய் வந்து தோட்டம் செய்வோமே
அட வாங்கோ நண்பர்களே எம் அருமை நண்பர்களே
பள்ளிக்குப் போய் வந்து தோட்டம் செய்வோமே

ஆமாம் நல்ல உணவு நமக்கு வேண்டுமே
இயற்கையான உணவு நமக்கு வேண்டுமே
நஞ்சடிக்கா நல் உணவு நம்நிலத்தில் நாம் நட்டு
நோயற்ற வாழ்வு காண்போம் நண்பர்களே!

(தோட்டம் செய்வோமே)

லாபம் மட்டும் வாழ்க்கையல்ல நண்பர்களே!
அன்பும் அறமும் வேண்டும் உணவில் அன்பர்களே!
கப்பலேறி இங்கு வந்து காசு பறிக்கும் சாப்பாட்டை
கைவிடுகின்ற காலம் ஒன்று வராதோ???

(தோட்டம் செய்வோமே)

பூட்டன் பூட்டி போட்ட பயிரின் விதையிது
நம் மண்ணுக்குச் சொந்தமான விதையிது
அன்பு கொண்டு பயிர்கள் செய்வோம்... அறத்துடனே
பகிர்ந்திடுவோம்
பூமித்தாயை மதித்து நாமும் வாழ்வோமே!

(தோட்டம் செய்வோமே)

2020

இலங்கையின் பொப்பிசைப்பாடலான, 'சின்ன மாமியே', மெட்டில் எழுதப்பட்டது.

Let us tend to the garden
Lets come home from school and tend to the garden
come friends, dear dear friends
Lets come home from school and tend to the garden

We want nutritious food
We want natural food
Let us plant a garden without any chemicals in it
Let us live a healthy life friends

(Let us tend to the garden)

Just profit isn't life friends!
We need love and goodness in our food friends!
Wont there come a time
When we abandon food that came to us from far on ships
And steals money from us???

(Let us tend to the garden)

This is the seed planted by our ancestors
This seed belongs to our land
Let us grow plants with love- and let us share them fairly
Let us live with respect for mother earth!

2020

ஆதித்தாய் ஓடிக்கொண்டிருக்கிறாள்...

அவள் கால்களுக்கிடையால் வழியும் உதிரம் மண்ணில் திரள அவள் அதைக் கடந்து ஓடிக்கொண்டிருக்கிறாள். அவள் சிந்தும் உதிரத்திலிருந்து தோன்றியவர்கள் அவள் பின்னால் ஓடிக் கொண்டிருக்கிறார்கள். ஆதித்தாய் ஓடிக்கொண்டிருக்கிறாள். தன் முன் ஓடிக்கொண்டிருக்கும் குறியில் கண்ணாகவும், தன் வழி நடக்கும் மக்களில் கருத்தாகவும் அவள் ஓடிக் கொண்டிருக்கிறாள்.

நீண்ட காலத்துக்குமாக அவள் வயிறு உப்பியிருந்த காலங்களில் திரண்டு சேர்ந்திருந்த குருதி உதிரும் போதில் உதிர்ந்தவர்களே தாங்கள் என்பது மனிதர்களுக்குத் தெரியும்.

அந்த உதிரம் புனிதமானது. மனிதர்களைத் தோற்றுவிப்பது. அவள் வயிறு மந்திரத் தன்மை வாய்ந்தது. அது சிந்திய உதிரம் வணக்கத்துக்குரியது. நோய் தீர்க்கவல்லது.

அதன் வர்ணமே அர்ச்சனைக்குரியதாயிற்று.

....

முன்னால் ஓடும் எருமையைக் கொன்று அனைவரும் பசியாறவேண்டும்.

....

அன்றொருநாள் வேட்டையில் கண்டெடுத்து வந்த எருமைக்குட்டி மனிதக்குட்டிகளுடன் விளையாடி வளர்ந்திருந்தது. அதன் குட்டிகள் பாலருந்திய மடியில் மனிதக் குட்டிகளும் பாலருந்தின.

அதைக் கொன்றுதின்னஆதித் தாய் விடாள். வேட்டையில் அகப்படும் விலங்குகளே போதும். கூட இருப்பதைக் கொல்லும் பேராசையற்றவள் அவள்.

அவள் தொட்டமரங்கள் கனிதரும். அவள் கை காட்டும் செடிகள் கிழங்குதரும். அவள் மார்பு அமுதுதர, அவள் வயிறு மனிதரைத் தர அவள் வாழ்ந்தாள்.

அவள் வாயெழுப்பும் ஒலிகள் அவர்களைக் கட்டிப் போடவல்லது. அவள் கையெழுப்பும் செயல்கள் அவர்களை வழிநடத்தவல்லது. அவள் தொடுகை குணப்படுத்தவல்லது.

ஓய்வற்றிருந்தாள் அவள். நட்சத்திரங்கள் வழிநடத்த நடப்பாள், சலசலத்த ஓடைகளில் நீரருந்தித் திளைப்பாள்.

மல்லாக்கக் கிடந்து உடல் காய்வாள்.

....

செம்மண்ணும் வெண்மண்ணுமாக ஒரு மிருகம் மண்ணில் பாய்கிறது. தான் பார்த்து வந்ததை மண்ணில் வரைவாள் அவள். அதில் புரண்டு விளையாடுவார்கள் குழந்தைகள்.

எருமைத் தோலணிந்து ஒருவன் பாய வேட்டைக் காட்சியைக் கற்றுக் கொடுப்பாள் ஆதித்தாய்.

அவள் சிரிப்பு குளிரில் வெம்மையையும், வெம்மையில் மழையையும் தரவல்லது.

சிரிப்பில் நிலவெறிக்க அவள் வாழ்ந்தாள்.

....

அவள் எறிந்த கொட்டைகள் முளைவிட்டன. மேலும் கொட்டைகளை நட்டு வேலியிட்டார்கள் அவள் மக்கள். அவள் வளர்த்த எருமைகள் குட்டியீன்றன. மேலும் மிருகங்களைப் பிடித்துக் கட்டிவைத்தார்கள் அவள் மக்கள்.

உணவு அவர்கள் கட்டுப்பாட்டில் வந்தது.

அதைத் தேடி இன்னுமொரு மனிதக் கூட்டமும் வந்தது.

ஆதித்தாய் பல பிள்ளைகளை இழக்க மனிதனின் முதற் போர் தொடங்கிற்று.

....

சாத்தான் பிறந்தான்.

....

தன் பருத்த உடலைப் பாறையில் சாய்த்து ஓய்ந்திருந்தாள் ஆதித்தாய். தன் மக்கள் அருகிருக்கும் நம்பிக்கையில் கண்ணயர்ந்தாள்.

போரில் இரத்தம் சுவைத்துத் திளைத்திருந்தனர் அவள்
மக்கள். அவர்கள் தோள்கள் திணவெடுத்தன. தம்மிடமுள்ள
உணவைக் காக்க தமக்கேயாக மனிதர் வேண்டுமென உறுமிக்
கொண்டிருந்தனர் அவர்கள்.

பாலும் குட்டிகளும் தரும் எருதைக் கட்டினான் மகன்.

கனிதரும் செடிகளுக்கு வேலியிட்டான் பேரன்.

ஆதித்தாயையும் அவளீன்ற பெண்களையும் சுற்றித்
திரையிட்டுச் சட்டங்களியற்றினான் கொள்ளுப் பேரன்.

மனுவும் இன்னும் பல பேரன்களும் பிறந்தனர்.

ஆதித்தாய் பலமிழந்தாள்.

....

அவன் சொன்னபோதுகளில் அவன் சொன்னவர்களுக்காக
மட்டுமே நான் தொட்டமரங்கள் கனிதரும், என் கரம்
நட்டசெடிகள் கிழங்குதரும்.

அவன் சொன்னபோதுகளில் அவனுக்காக மட்டுமே என் மார்பு
அமுதுதரும். என் வயிறு மனிதரைத் தரும்.

என் வாயெழுப்பும் ஒலிகள் அவர்களைக் கட்டிப்
போடவல்லது. ஆதலால் என் வாயைக் கட்டினார்கள்.
என் தொடுகை குணப்படுத்தவல்லது. அதுஅவனுக்கு
மட்டுமேயாயிற்று. என் கையெழுப்பும் செயல்கள் அவர்களை
வழி நடத்தவல்லது. ஆயின் அவர்கள் எதிர்த்திசை நடந்தனர்.

என் வயிறு மந்திரத் தன்மைவாய்ந்தது.
அது சிந்திய உதிரம் வணக்கத்துக்குரியது.
அது நோய் தீர்க்கவல்லது.

ஆயின் மனிதனின் உலகில் அது தீண்டத்தகாததாயிற்று.
அதன் வர்ணம் மட்டுமே அர்ச்சனைக்குரியதாயிற்று.

2004

The Aathithaai keeps running

As blood flowing between her legs gather in the soil, she keeps running past it. Those who emerge from the blood she shed are running after her. Aathithaai keeps running. With her eyes on the target running ahead of her, and thoughts of the people running on the path made by her, she keeps running.

They knew they were shed along with blood that she shed, the blood that had accumulated in those times when her stomach remained swelled for long.

That blood is sacred. It creates human beings. Her stomach had a magical quality. The blood shed by her stomach is worthy of worship. It was capable of curing diseases.

Its colour became an object of worship.

....

The buffalo that was running ahead should be killed, to satiate everyone's hunger.

....

One day, a buffalo calf found during a hunt, grew up playing with human kids. The kids suckled the same nipples that the buffalo calf drank from.

Aathithaai wouldn't allow it to be killed and eaten. The animals caught in hunting would suffice. She was not greedy to kill those that lived with her.

The trees touched by her bore fruit. The plants she pointed to, gave tubers. Her breasts gave nectar and stomach bore children. So, she lived.

The sounds from her mouth were capable of binding them. The actions from her hands were capable of guiding them. Her touch healed.

She had no rest. She walks with the guidance of the stars. She would drink water from the rustling streams.

She would lie on her back and dry her body.

....

An animal leaps on the soil- red soil and white soil. She drew everything she saw on the soil. The children played on the soil.

with pictures of a man wearing buffalo skin who jumps. Aathithai would teach the scenes of hunting.

Her smile can bring warmth in the cold, and cool the heat like rain. Her smile reflects the moon, and she lived on.

....

The nuts she threw away sprouted. Her people sowed more nuts and fenced them. The buffaloes she had reared gave birth to calves. Her people caught hold of more animals and tied them up.

The food came under their control.

Another group came searching for it.

And the Aathithai lost many children. and the first war of the man began.

....

The birth of Saitan

....

Aathithai had rested her plump body on the rock. Confident that her people were near her, she slept.

Her people had tasted blood in the war. Their shoulders were twitching. They were growling about needing people to protect the food they had.

The son tied the ox that gave milk and calves.

The grandson fenced the plants that bore fruits.

The great-grandson put up isolating, hiding shields for Aathithai and her daughters, and framed laws.

Manu and more grandsons were born.

Aathithai lost her power.

....

The trees that I touched bore fruits and the plants that I planted with my hands gave tubers, only during the times he asked for it, and only for those he asked for...

When he asked for and only for him, my breast gave nectar; My stomach produced human beings.
The sounds from my mouth were capable of binding them. Hence, they shut my mouth. My touch was healing. It became only his. The actions of my hands could guide them. But they walked in the opposite direction.

My stomach had a magical touch.
The blood it sheds was worthy of worship.
It was capable of curing diseases.
Yet, in the world of human beings, it became untouchable.
Only its colour became worthy of worship.

2004

நாகக்கன்னி-1

“ஒருநாள் ஒருகனவு அதை நான் மறக்கவும் முடியாது...” பாடல் கேட்டு மனதுள் சோம்பல் முறித்துத் தலை தூக்கும் நாகம்.

உடம்பு முழுதும் புழுதி பிரட்டி மண்சட்டியில் கல்லு போட்டு சோறாக்கி, நூல் நுனியில் இலைகுத்தி மீன் பிடித்து, சிரித்துக் களைத்து வீடு திரும்பிய ஒரு நாளில் கஜு பழமும், பிஸ்கட்டும் தந்து போன என் மாமாவுடன் அதன் பிறகு ஒரு தொடர்பும் இருந்ததில்லை. மீசை முளைக்காத அவர் முகமும் சரியான மதிப்பத்தில் இல்லை. அம்மாவும், அம்மம்மாவும் கத்துவதைத் தவிர... அதுவும் பழகிப் போய்விட்டது.

மனதுள் அதே விளையாட்டுக்களும் கனவுகளில் கார்த்திக்கும் பிரசாந்தும் இனம்தெரியா இளைஞர்களும்; வரத் தொடங்கிய நாள்களில் மாமா முகம் அநேகமாக மறந்தே போயிற்று அவங்கள் ஞாபகப்படுத்தும் வரை...

ஒயாகே மாமே எங்க?
என்ட செக்கிள் காண்டிலைப் பிடித்தபடி அதட்டினான்,
தெரியாது,
ஏன் தெரியாது?
தெரியாது.

அதன்பிறகு எதுவுமே தெரியவில்லைதான்.
ஏன் இப்படியென்று தெரியவில்லை
சட்டம் தெரியவில்லை
உலகநீதி தெரியவில்லை... இன்று வரை...

ஆனால் அவங்களுக்குத் தெரிந்தது - நான் பெண் என்பதும் தாங்கள் ஆண்கள் என்பதும்...

எனக்குள் முறுகி எழும் நாகம்...

உடல் முறுகி, முகம் விடைத்து... மூச்சுப் பெருத்து வர எழுகையில், மெள்ளக் கை தொடுவாள் என் சின்ன மகள் - முன்பெல்லாம் இப்பிடி எனக்குள் ஒரு நாகம் எழுந்த நேரங்களில் கை தொட்டு அமர்த்தியவனின் மகள்...

என்னை, என்ட சிரிப்பை, எனக்குள்; இருந்த மனபலத்தை விரும்பி வந்தான் எண்டு நானும் என்னுடைய அம்மாவும் அம்மம்மாவும் எவ்வளவு சந்தோசப்பட்டம்.

பூனைகளை விட்டிட்டு எலியைப் பிழை பிடிக்கிற நம்மட கண்றாவிக் கலாசாரத்துக்குள்ளை இப்பிடியும் ஒருத்தனா எண்டு சந்தோசப்பட்டுப் போனன்.
பிறகுதான் விளங்கிச்சுது,

நான் பெண் என்பதும் அவன் வழக்கமான ஆம்பிளை எண்டதும்...

அடங்கிக் கிடந்த நாகம் தலைவிரித்து எழும்.

காதலில் மறந்த கதைகளெல்லாம் புதுசு புதுசாய் அவனுக்கு ஞாபகம் வந்ததும், இரண்டு வருசத்துக்குப் பிறகு பிறந்த மகள் 'அவங்கள்' உடைய பிள்ளையா எண்ட சந்தேகமும்... விஞ்ஞான விளக்கம் ஒண்டும் இல்லாமலே அவன் விட்டிட்டுப் போனதும்... பிறகு அவன் புது மாப்பிள்ளை ஆனதும், இப்ப பழைய கதைகள்.

அவங்களுக்கு அரசு குடுத்த அதிகாரம், இவனுக்குச் சமூகம் குடுத்த அதிகாரம், எனக்கு?
என்னைப் போல இன்னும் ஆயிரம் பொம்பிளையளிட கதை எனக்குத் தெரியும்.

என்ட உடம்பைப் பாவிச்சுப் போட்டுப் போன இரண்டு விதமான ஆம்பிளையளுக்கும் எதிரா நீதி கேட்டு வழக்கு நடத்த வருடக் கணக்காய் நடக்கும் என் கால்கள், முன்பு அம்மா, அம்மம்மா உடன் வருவார்கள்.
இப்ப கூட நடக்கிறாள் என் சின்ன மகள்.

இரண்டுக்கும் முடிவு சொல்ல முடியாச் சட்டங்கள்...

என்னைத் தேடி வந்தவங்களைத் தேடி, 'அதைக்' கண்டவங்களைத் தேடி, நானே கொண்டுபோய் மன்றத்துக்கு முன்னாலை நிப்பாட்டி உணர்ச்சி பொங்கப் பொங்க கதையெல்லாம் சொல்லி ஒரு முடிவு தேட, நானென்ன தமிழ் சினிமா கதாபாத்திரமா? இல்லை கண்ணகியா?

உப்பு கரிக்கும் நினைவுகளைத் துப்பி அதில் காலூன்றி எழுந்து நின்ற என் மனபலத்தை எண்ணிப் பெருமிதமடைகின்றேன்.

எனக்குள் முறுகி எழும் நாகம் கம்பீரம் கொள்ளும்.

2021

Snakewoman - 1

"One day I had a dream, and I couldn't forget it.." The cobra listened to the song, stretched itself lazily in its mind and lifted its head.

The entire body was covered in dust; we cooked food with an earthen pot with stones in it. caught the fish on the tip of a thread with a pierced leaf on the end; and On that day when we exhausted ourselves laughing was also the last time that I saw my uncle who gave me biscuits and cashews. I have not had any contact with him since. His face with barely a moustache isn't very fresh in my heart. All I remember is the anguished cries of my mother and greandmother, those cries that I am used to by now.

I had almost forgotten the face of my uncle, in those days when the same games filled my heart and Karthik and Prashanth and other unknown youth filled my dreams. Till they reminded me of him.

Where is your uncle?
He grabbed hold of my cycle handle and demanded to know.
-       I don't know.
Why don't you know?
-       I don't know

Nothing is known after that.
I don't know why this is so.

I didn't know law.
I didn't know the justice of the world - Till today.

But they were aware - That I was a woman and they, men...

The serpent that grows within me...

twisting its body, twisting its face, breathe heavily and rising up, my little daughter would slowly touch my hands. The daughter of the man who placated the serpent that woke up in me by touching my hands.

How happy we were, myself, mother and grandmother that he came as he fell in love with me with me, my laughter and my strength of mind.I was happy and surprised that there was this kind of man in *our horrible culture where they would leave the cat and blame the rat. Only later I understood.*

That I was a woman and he a usual man.

The subdued serpent would raise its head.

He remembered all the stories forgotten in love, and he was consumed with doubt about whether the daughter born after two years, was his. With no scientific explanation, he left and married again. Those are old stories.

The government gave 'them' power. The society gave 'him' the power. For me? I am aware of the stories of thousands of women like me.

I have been seeking justice against two types of men who have used my body. For years, I have been walking for the case. Mother and grandmother would accompany me earlier.
Today, my daughter walks along.

Laws that cannot answer both...

To look for those who came looking for me, to look for those who 'witnessed it,' to bring them to the forum, make them stand there, share all the stories with emotion, and to look for an end..
Am I a character from Tamil cinema? Or Kannaki?

I am proud of my strength of mind which helped me to spit out the salty memories and stand up over it.

The serpent that twitches within me will be majestic.

2021

நாகக்கன்னி- 2

கிட்டப்போய் 'எப்படியம்மா பயணம்?' என்று கன்னத்தில் தொட குறுகிச் சுருங்குவாள் அந்தக் குழந்தை, என்னைப் போலவே...

பதினைந்து வயதிருக்கும். தன்னைக் குற்றவாளி என்று நினைத்துக் குனிந்திருந்தாளா? அல்லது யாரையும் பார்க்க விரும்பாமல் குனிந்திருந்தாளா?

ஒரு கைதி அழைத்து வரப்படுவதைப் போல வந்தவள். சிறைச்சாலை வாகனம். பெண் பாதுகாப்பு உத்தியோகத்தர், இரண்டு பொலிஸ்காரர் என்று என்னை அழைத்து வந்தது போலவே அழைத்து வந்தனர். ஒரேயொரு வித்தியாசம். நான் வந்தது மொனராகலயிலிருந்து, இவள் வந்தது மட்டக்களப்பிலிருந்து.

என் குழந்தைக்கும் இப்ப இந்த வயதுதானே இருக்கும்.

பதினைந்து வருசத்துக்கு முதல் நானே ஒரு பாலகியாய் என் மடியில் கிடந்த பாலகியை முத்தமிட்டது என்றும் பசுமையாயிருக்கும்.
அன்று அந்த முத்தத்தில் நெஞ்சில் பால் சுரந்தது ஏனென்று புரியவில்லை. ஆனால் இன்று அந்த நினைவில் நெஞ்சில் நஞ்சு சுரப்பது புரிகிறது.

நான் பிறந்த நேரத்தில் என்னை இப்பிடித்தான் தூக்கி வைத்துக் கொஞ்சுவாராம் மாமா. அப்பாவின் அக்கா புருசன். பிறந்த உடனேயே எங்களை வேண்டாமென்று விட்டுவிட்டுத் தனது சுகத்துக்காக ஓடிப்போன அப்பாவின் கூடப் பிறந்த அக்காவின் புருசன்.

பிறகு, மாமிதான் எங்களுக்கு அடைக்கலம் தந்தாள். அம்மா உழைப்பு தேடி ஊர் ஊராகப் போனாள். மாமி ஊருக்குள்ளேயே ஓடித் திரிஞ்சு உழைத்தாள். கூலி வேலை, வீட்டுவேலை, சமைச்சு சாப்பாடு குடுக்கிறது எண்டு இரண்டு பேரும் பார்த்த வேலைகளுக்கு அளவேயில்லை.

இவை உழைச்சுக் கொண்டு வந்த காசிலை மாமா வீட்டிலை இருந்து படம் பார்த்தார். பள்ளிக்கூடத்தாலா வாற என்னையும் வைச்சுக் கொண்டு படம் பார்த்தார். பள்ளியிலை கூடப்

படிக்கிற பிள்ளையள் வந்து சொல்லுற படக்கதைகள் மாதிரி இல்லாமல் இதுகள் வேறமாதிரி இருந்துது.

படத்திலை வாறமாதிரி என்னையும் செய்யச் சொல்லுவார். எனக்குப் பயமாயும், வலியாயும் இருக்கும். இல்லாட்டி அம்மாவையும் மாமியையும் கொல்லுவன் எண்டார். எனக்கு அம்மாவும் மாமியும் எண்டால் உயிர். அதாலை பயத்திலை மாமா என்ன சொன்னாலும் செய்தன். படிக்க ஏலாமல் இருக்கும். பள்ளிக்கூடத்திலை ஒவ்வொரு நாளும் ஏச்சும் அடியும் விழும். பள்ளிக்கூடத்துக்குப் போகவும் பயம் வீட்டிலை நிக்கவும் பயம். ஆம்பிளையளைக் கண்டாலே பயம். யாரைப் பாத்தாலும் பயம்.

பிறகு, நான் சாமத்தியப்பட்டன்.
அப்ப அம்மா வெளிநாட்டு வேலைக்குப் போய்ட்டா. அவ அனுப்பின காசிலை மாமா சருகைச் சீலை வாங்கித் தந்தார். பெரியம்மா மோதிரம் வாங்கிப்போட்டா. படமெல்லாம் எடுத்து அம்மாவுக்கு அனுப்பிச்சினம்.

அதுக்குப் பிறகு கொஞ்சநாள் ஒரே தலைசுத்தும் சத்தியும். மாமி கன கைவைத்தியம் செய்து பார்த்தா ஒண்டும் சரிவரேல்லை. அதுக்குப் பிறகுதான் மாமி அழத்தொடங்கினா. இருத்தி வைச்சுக் கன கதையள் கேட்டா. அம்மாவுக்கு எழுத வேண்டாம் எண்டா.
பலவீனமாம் எண்டு மாமி நிறைய மருந்துகள் வாங்கித் தந்தா. ஒண்டுக்கும் சரி வருகிதில்லை எண்டு அழுதா. மாமா ஒண்டும் நடக்காதவர் மாதிரி பக்கத்து வீட்டுப் பிள்ளையளைக் கூட்டி வைச்சுக் கொண்டு கதைகள் சொல்லிக்கொண்டிருந்தார்.

பக்கத்து வீட்டுப் பொம்பிளையள் பார்த்த பார்வையிலை ஒரு கேள்வி இருந்திது.

வயிறு உப்பிக்கொண்டே வந்த ஒரு நாளிலைதான்; மாமி என்னை வேற ஊரிலை கொண்டு போய் ஒளிச்சு வைச்சா.

அதுக்குப் பிறகுதான் ஊராக்களுக்குச் சரியாகக் கதை விளங்கியிருக்கு.

யார் யாரோ பொம்பிளையள் எல்லாம் வந்தாங்கள். என்னைக் கண்டு பிடிச்சு ஒரு இல்லத்திலை விட்டாங்கள். நான் மாமி வீட்டைத்தான் போவன் எண்டு அழுத அழுகை இப்பவும் எனக்கு ஞாபகம் இருக்கு. அந்த உறவில் நான் வைத்த நம்பிக்கை...

தலையைச் சிலுப்பியதில் சுழன்றெழுந்த என் கூந்தல் அந்த நம்பிக்கை மீது சாட்டையாய் விழும்.

பொறுப்பத்துப் போன அப்பன். ஊருக்குப் பயந்த அம்மா, மாமி.. மனுசனேயில்லாத மாமன், நீதியில்லாத ஊர்.

மாமாவைப் பிடிச்சு நாலு நாள் பொலிஸிலை வைச்சிருந்து விட்டுட்டாங்களாம். அவர் இப்ப பக்கத்து வீட்டுப் பிள்ளைக்குப் படம் காட்டிக் கொண்டிருப்பார்.
மாமி அவனோட பேச்சு கதை இல்லையாம். எண்டாலும்; தன்ரை குடும்பத் தலைவர் தப்பின நிம்மதியிலை இருப்பா. அம்மா எங்கையிருப்பா?

நீதி என்னை இங்கு அனுப்பிவிட்டு வழக்கு பதியப்பட்ட நிம்மதியில் பதினைந்து வருசமாய் உறங்கிக் கிடக்கும்.

பயங்கரமானவை என்று மனிதர்களால் வர்ணிக்கப்படும் விலங்குகள்கூட வாழமுடியாத, பயங்கரமான மனிதர்கள் திரியும், ஊர்களிலும் நகரங்களிலும், தப்பிவாழ முடியாத நிரபராதிகள் தனித்து வாழ்வதற்காக உருவாக்கப்பட்ட பாதுகாப்பிடம் இது.

நீதிபதியிடை உத்தரவிலைதான் என்னை இங்கு கொண்டு வந்தவங்கள். இன்று அந்தக் குழந்தை வந்தமாதிரி...

இந்தக் குழந்தை தப்பி இங்கு வந்துவிட்டது. ஆனால் என் குழந்தை? அன்பு முகம் கொண்ட யாரோ ஒரு பெண்ணுக்கு அள்ளிக் குடுத்துவிட்டுத்தான் இங்கே வந்தேன்.

என் மகளுக்கு இப்பிடியொண்டும் நடக்காது. நடந்தால்?... நினைக்கும் போதே நெஞ்சில் நஞ்சு சுரக்கிறது.

மெள்ளக் கண்ணுயர்த்தி என்னைப் பார்க்கிறாள் அந்தக் குழந்தை. அன்று என் கண்ணில் எழுந்த தீ, இன்று அவள் கண்ணில்...

நீதிக்கும் அநீதிக்கும் வித்தியாசம் தெரியாத ஊர்களில்... குற்றவாளிகள் சுதந்திரத்தையும், அப்பாவிகள் தண்டனையும் அனுபவிக்கும் நாடுகளில்.

மனிதக் குழந்தைகள் குரங்காகிப் போக... பெண்களது மடி வற்றிப் போக...

2003

Snakewoman - 2

I approach her and stroking her cheek, enquire: "How was the journey?" The child shrunk, just like me.

Did she lower her head thinking that she - a fifteen-year-old - was a criminal? Or did she lower her head not wanting to see anyone else?

She came as if a prisoner were being brought in.
A prison vehicle, woman security officer, two policemen - they brought me just as they brought her. There was just one difference. I came from Monaragala, she came from Batticaloa.

My child would be of the same age now.

Fifteen years ago, I was still a child and yet I kissed the child in my lap. I will remember it forever.
I didn't understand why the kiss secreted the milk in my breasts. But today, I understand the memory secretes poison.

At the time I was born, uncle would similarly lift me up and hug me. The husband of my father's elder sister. The husband of the sister whose brother was our father who ran away abandoning us, for his own pleasure.

Then it was my aunt who gave us shelter. Mother went from village to village in search of work. Aunt searched for work within the town and worked hard. Wage labour, domestic work, cooking food - there was no end to the work the two of them did.

With the money they brought, the uncle stayed at home and watched films. He watched films along with me after I came back from school. They were not films that my classmates spoke about. They were different.

He would ask me to do like in the films. I was afraid and it hurt. He threatened to kill mother and aunt if I didn't. Mother and aunt were my life.So out of fear, I did whatever uncle told me to. I couldn't study because of that. I will be scolded and beaten in school everyday. I was afraid to go to school, I was afraid to stay back at home. I was afraid of men, I was afraid of everyone.

Then I attained puberty.

Mother had by then gone abroad. Uncle bought me a silk sari with the money she had sent. My Periyamma got me a ring. We took pictures and sent it to mother.

After that for a few days, I had giddiness and fever. Aunty tried all home remedies she knew, but nothing worked. Then aunty started crying. She sat with me and asked for the story. And told me not to write to my mother.

Aunty bought a lot of medicines for weakness. But she cried because nothing worked.

Uncle was indifferent, he brought girls from the neighbourhood and told them stories.

The glances of the neighbouring women were scrutinizing me.

On a day when my stomach looked particularly bloated, aunty took me to another village and hid me there.

Only after that, the villagers knew of the whole story.

A lot of unknown women came, found me out and sent me to a home. I still remember how I cried saying that I would go only with aunt. The faith I had in that relationship...

My hair, when I turned my head, fell like a whip on that faith.

An irresponsible father, a mother and aunt who were afraid of the village, a inhuman uncle and a village without justice.

The police had caught uncle but left him in four days. He would be showing films to the kids in neighbourhood.

Aunt was not on talking terms with him. Yet she would be at peace that the 'head of family' had somehow escaped. Where would mother be?

Justice sent me here, and at peace that a case has been filed, has been sleeping for fifteen years.

It was a safe space created for the innocent people who cannot escape and live alone in villages and cities where dangerous human beings live, where even animals described as dangerous by human beings cannot live.

They brought me here on the order of the judge, just as the kid came here today...

This kid escaped and came here. But what about my child?

I came here only after handing her over to a woman with a loving face.

What if something like this happened to my daughter?
My breast secretes poison at the very thought it.

Slowly lifting her eyes, the child looks at me. The fire that arose in my eye on that day, is in her eyes today.

In places where there is no difference between justice and injustice.. are nations where the guilty roam free and the innocent are punished.

Let the children turn into monkeys
Let the wombs of women be parched...

2003

நாகக்கன்னி -3

வருசப் பிறப்புக்கு சுகி அனுப்பியிருக்கிற வாழ்த்து மடலிலை சிவபெருமான் சிரிச்சுக் கொண்டிருக்கிறார் தலையிலை பிறை, முடிக்குள்ள ஒரு பொம்பிள, கழுத்திலை பாம்பு. அவ்வளவுத்தையும் மீறி அவற்றைத் தொண்டைக்குள்ள சிக்கி நிக்கிற நஞ்சுதான் கண்ணில படுகுது.

உயிரை உயிராக மதிக்காமல் கயிறாகப் பாவிச்சு முறுக்க, முறுக்க, அடக்க முடியாத வேதனையிலை அந்த உயிர் கக்கின நஞ்சு..

அதுக்காகத்தான் குறியீடாக இந்தப் படத்தை அனுப்பியிருப்பாளோ? என்னை முறுக்கும் வாழ்க்கை பற்றி சுகிக்குத்தான் தெரியும். நான் இழந்துபோன அந்த ராச்சியத்தைப் பற்றியும் அவளுக்குத்தான் புரியும்.

எங்கள் வீடோ அரசிகள் ராச்சியம்.

ஆத்தில அம்மப்பா போன பிறகு ராணியான அம்மம்மா, துவக்கு முனையிலை அப்பா போன பிறகு சின்ன ராணியான அம்மா... ஒருத்தரும் போகாமலே ராணியாகக் கோலோச்சும் பெரியம்மா..
குட்டி இளவரசி நான்.

சைக்கிளை எடுத்தால் ஊரிலும் நான்தான் இளவரசி.

ஆடக சௌந்தரி அன்றொரு நாளில் உலா வந்த வீதியெங்கும் என் தேர் ஓடும்.
அப்படியொரு நாளில்தான் என் இளவரசனைச் சந்தித்தேன்.

வீட்டுக்கு முன்னாலிருந்த மாமரத்தில் என் சிம்மாசனம் அமைத்துக் கீழேயிருக்கும் என் நாய்க்குட்டியையும், கோழிக்குஞ்சுகளையும். பரிபாலனம் செய்து கொண்டிருந்த நேரம், சித்தப்பாவுடன் வந்தான் அவன், சித்தப்பாவின் நண்பனாம். அப்பவே அவன் வேலையிலை இருந்தான். அவனுக்கு எல்லாமே பிடிச்சுப் போச்சுதாம்... பாத்த உடனை காதலாம்.

எதைப் பிடிச்சுது அவனுக்கு?

ஆம்பிள இல்லாத வீடு, அம்மம்மா அரிசி இடிச்சு உழைச்சது, அம்மா மரக்கறி யாவாரம் பண்ணி, பெரியம்மா சீட்டுப்பிடிச்சுக் கட்டின வீடும் காசும். பள்ளிக்கூட ஓட்டப் போட்டியிலை முதலாவதா வாற அழகான ஆரோக்கியமான சின்ன இளவரசி, சொன்னதைக் கேக்கிற வயசு.

பிறகென்ன, எங்கட ராச்சியத்தைப் பறிக்கிறதுக்கு ஒரு போராட்டமும் நடக்கேல்லை. அவன் ஆம்பிள எண்டதும், நான் பொம்பிளப் பிள்ளை எண்டதுமே போதுமாய்ப் போக ஊரைக் கூட்டி வைச்சு என் அதிகாரம் பறிக்கப்பட்டது,

அல்லிக்கு நடந்ததுவும், ஆடக செளந்தரிக்கு நடந்ததுவும்தான் எனக்கும் நடந்தது.

தகப்பனைத் தின்னிப் பெட்டை எண்டாலும் அதிர்ஸ்டக்காரி, இப்பிடியொரு மாப்பிள்ளை கிடைப்பானே, தலையிலை வைச்சுத் தாங்கிறான் எண்டு ஊரே அதிசயிச்சுப் பேசிச்சுது.

அடச் சீ போ!

தலையாம் தலை, சிவனிடை தலையிலை யாரோ ஒரு பொம்பிளய முடிஞ்சு வச்சிருக்கிறதை மாதிரிதான், ... நானும் முடிச்சுக்குள்ள...

ராச்சியத்தையே பறிச்சுப் போட்டு... பிறகு என்ன நல்லதும் கெட்டதும்.
எனது ராச்சியம் குசினிக்குள்ள, நாலு கரிப்பிடிச்ச சட்டியும், ஒரு பானையும், அதுகளும் அவனிடை அடியிலை நெளிஞ்சு போய்க்கிடக்கும். அன்பிலைதான் அடிக்கிறானாம். ஊர் நியாயம் சொல்லும்.

என்ட அன்பைக் காட்டினனெண்டால்...?

என்ட சைக்கிள முதலிலை வித்தான், பிறகு நகையள், பிறகு வளவு அடமானத்திலை, வீட்டை விக்க விடேல்லை எண்டு அம்மம்மாவையும், பெரியம்மாவையும் றோட்டிலை விட்டான், அம்மாவும் மேல போய்ச் சேந்திட்டா.

முந்தி ஊர் வைரவர் கோயிலிலை நடந்த அல்லிக்கூத்து மனசுக்குள் தொடரும். எனக்குள் ஒருத்தி பாடுவாள் இன்னொருத்தி ஆடுவாள், மதுவிலும் மாதுவிலும் மயங்கிக் கிடக்கும் மன்னனை மடக்க மனசுக்குள் என் தேரோட்டம் தொடரும்.

கதை சடுதியாய் மாறும். அமுதம் எடுக்கிறதுக்கு தேவர்கள் மலையை மத்தாகவும் பாம்பைக் கயிறாகவும் பாவிச்சுக் கடையினம். கடையினம்...

முடிச்சு இறுக, இறுக... என் தொண்டை வரை வரும் நஞ்சு. கக்கவா? விழுங்கவா?

2003

Snakewoman - 3

Lord Shiva is smiling in the greeting card sent by Suki for the new year. The crescent in the head, a woman in the hairbun, the snake around the neck and in spite of all that, my eyes falls on the poison trapped in his throat.

That the life was not valued as life, but rather treated as a rope and twisted... In uncontrollable pain, that life secreted poison.

Would she have sent the picture as a sign? Only Suki knew the life that twists me.. Only she could understand the queendom that I have lost.

Our house was ruled by the queens.

My grandmother became the queen after grandfather drowned in a river. My mother became the junior queen when my father was killed by a gun. Periyamma reigned as queen without anyone passing away. I was the little princess.

If I take my bicycle, I was the princess even in the village.

My chariot ran through the same street where Aadaga Sowndari came in a procession once. On one such day, I met my prince.

I had set up a throne on the mango tree in front of my home, and was ruling over the dog and chickens. He had come with my father's younger brother, my uncle. He was apparently a friend of my uncle. He already had a job and he loved everything. It was love at first sight I believe.

What did he like?

Its a house without men, Grandmother toiled by pounding the rice, mother sold vegetables and periyamma ran a chit to build this house and save some money. A healthy and beautiful little princess who came first in school running races. And at a age where she would be obedient.

What else? There was no fight over taking our queendom away. It was enough that he was a man and I a woman. The whole village got together and stripped me of my power.

What happened to Alli and Adaga Soundari happened to me.

"She was lucky even though she murdered her own father. How amazing that she got a groom like him? He was taking care of her so well", the village never ceases to talk.

Ah just get lost!

'head' my foot! Just like the woman tied up in Shiva's head knot, I too am tied up in this knot.

He took away my queendom. Then what good is good and bad?!

My queendom is confined to the kitchen, with four burnt vessels and a pot. With his beatings the vessels were dented too. Apparently, he beats me out of love. The village would justify it.

Shall I shower my love too?

He first sold my bicyle, then my jewels. Then he mortgaged the land. He chased my mother's elder sister and my grandmother to the streets becasue they would not let him sell the house. Amma passed away too.

The Allikoothu that happened in the village's Vairavar temple would continue within my heart. A woman in me will sing and another will dance. To trap the king intoxicated by women and wine, my chariot would continue to run in my mind.

The story would instantly change. To get the elixir, the thevars should use the mountain as a paddle and the snake as a rope, and continue to churn... churn...

As the knot tightens, the poison would rise up to my throat?

Should I spit? Or swallow?

2003

நாகக்கன்னி 4

ஆயிரம் பத்தாயிரம் பாம்புகளின் புற்றாக உடல் கனக்கும்...

அன்பும் காதலும் அதன் பெருமிதமும் நெஞ்சை நிறைத்து, குருதிவழி சென்று, உடலின் கலமெங்கும் பரவி, புளகாங்கிதத்தின் உச்சியில் அந்த வெண் நரம்புக் குட்டிகள் மிதப்பில் கிடந்தன... கள்ளருந்தாக் குறைதான், ...ஒவ்வொன்றும் ஒரு சிறு பூனைக்குட்டியாய்ச் சுருண்டு நிம்மதியாய்த் தூங்க உடல் காற்றாய்ப் பறந்த காலம் அது. காதலாக்கும்;.

காதல் என நான் நினைத்தது, காமம் மட்டுமேயென ஆகி வயிற்றுள் முடங்கிற்று.

காதலைப் புரிந்துகொள்ள வயதில்லை, காமத்தை விளக்கும் பாடமுமில்லை, வயிற்றுள் வளர்வதைத் தடுக்கச் சட்டமுமில்லை. சிறுமியும் இல்லாது பெண்ணும் இல்லாது ஆண்களால் துய்ப்பதற்கென்றே விடப்பட்ட இடைப் பருவம் எனச் சட்டத்தாலும் கைவிடப்பட்ட வயது...

வீங்கும் வயிறும் தொடரும் பார்வைகளும்.

உளம் நெளிய, உடல் நெளிய, நெளியத் தொடங்கும் என் நரம்புகள்... வெண்பாம்புக் குட்டிகளாய்ப் படமெடுத்தாடத் தொடங்குமுன்... அவற்றைப் பிடித்துச் சுருட்டி பந்தாக உருட்டி விளையாட வந்தவன்தான் பரிபூரணன், என் மகன். என் சிறுமடியில் ஒரு சிறுமகன்.

காதலின் பெயரால் ஏமாந்து, சட்டங்களையும் சமூகநீதிகளையும் நம்பி ஏமாந்ததில் போன நம்பிக்கையை மீட்டுக் கொடுக்க வந்தவன் - என் விளையாட்டுத் தோழனானான்.

இருவருக்கும் தாயானாள் என் அம்மா.

ஏமாற்றப்பட்டதுக்குச் சாட்சியாக என் பிள்ளை. தந்தையைக் காட்டிக்கொடுக்கும் மரபணுக்களோடு பிறந்தவன்.

இந்த உலகினதும், வக்கிரம் கொண்ட அரக்கர்களான தன் தந்தை போன்றவர்களதும் ஆட்சியிலுள்ள இவ்வுலகத்தின் யதார்த்தம் புரியாது அயர்ந்துறங்கிய என் மகன்,

எனக்கும் என் அம்மாவுக்கும் நடுவில் கிடந்த அவனது தொடுகையில், என் நரம்புகளும் அடங்கிக் கிடந்த ஒரு இரவில்...

நஞ்சு ஏற்றப்பட்டு கொல்லப்பட்டான்.

சாட்சியாவதற்கு முன்பே கொல்லப்பட்ட என் சிறுகுழந்தை. தன்னுடன் சேர்த்து தனக்கானதும் தன் தாய்க்கானதுமான நீதி கொல்லப்பட்டதை அறியான்...

பத்து வருடம் காத்திருந்தும் ஏமாற்றப்பட்ட நீதி.

உலகின் சத்தியங்கள் அனைத்தும் செத்த தருணம் அது.

என்னுள் மீண்டும் ஒரு நாகம் படமெடுத்து எழும்...

படபடவெனத் தெறிக்கும் நரம்புகள் - ஒவ்வொரு நுனியும் ஒரு வெள்ளைப் பாம்பாய் புழுவென நெளியும். பின்னர் ஒவ்வொன்றாக...

ஆயிரம் பத்தாயிரம் பாம்புகளின் புற்றாக உடல் கனக்கும்...

2013

Snakewoman - 4

The body would be as heavy as the mounds of tens of thousands of snakes.

Affection, love and its pride filled the heart, seeped through the blood and spread through the body... The white veins were floating on the top of ecstasy. The only regret was not having toddy.. It was a time when each nurve curled up like a kitten and slept peaceful as the body flew like it was made of air. Apparently, this was love.

What I thought was love, turned out to be lust and ended in my stomach.

It was not an age to understand love, nor was there any lesson to teach lust. there was no law that permitted stopping the growth in my stomach. An in between age where we are neither girls nor women and there just to be used by men. Even the law has abandoned those at this age...

Swollen stomach and scrutinizing stares.

My mind twisted, my body twisted. My nerves began to twist and turn. My son paripuranan came to roll the white snakes into balls and play with them before they may stand tall... A little son in my little lap.

After being deceived in love, and by laws and social norms, he came to restore my faith. He became my play partner. And my mother became the mother of us both.

My child is a witness to my being deceived. He was born with the genes that could expose his father's wrongs.

In this world, ruled by perverted demons like his father, he was sleeping oblivious to the realities of the world, between me and my mother. On the night when my veins were resting in his touch,

He was poisoned to death.

My child who was killed before he became a witness, would have known that along with him, justice for him and his mother too died. Justice denied despite the decade-old wait.

It was the moment when all the truths of the world had died.

Another serpent would raise its head, inside me.

The veins that were fluttering – each end will twist like a white snake worm.

Then one by one...

The body would be as heavy as the mound of the tens of thousands of snakes.

2013

***

Kamala
Vasuki
Dec

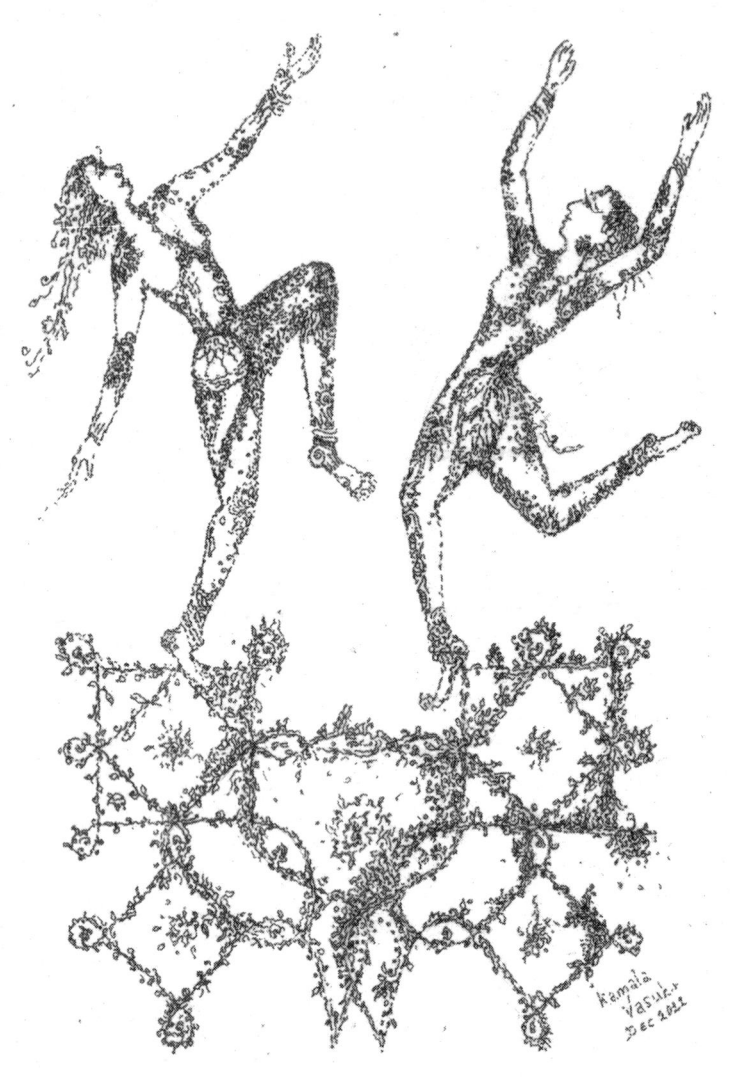

கவிதைக் களம்: விஜயலட்சுமி சேகருடன் வாசுகியின் உரையாடல்

விஜயலட்சுமி: நாங்க வாசுகிய ஓவியை என்டுதான் சொல்றம். இவ்வளவு கவிதை எழுதியிருக்கிறத பாக்கும் போது பெரிய அதிசயமா இருக்கு. நான் வாசிக்கக்குள்ள அந்தக் காலகட்டத்துக்குள்ள நானும் போற ஒரு உணர்வு வருது. நீங்க போட்டிருக்கிற சென்ட்ரல் காலேஜ் பெண்ணப் பத்தின கவிதையை வாசிக்கேக்க வருகிற உணர்வு... - எங்களுக்குள்ள இருந்த சரியான ஆத்திரம். அப்ப நானும் அதுபற்றி எழுதினேன். வாசுகி அக்காவும் எழுதியிருக்கிறா. எந்த ஒரு பொம்பிளையும் நிச்சயமா அனாதை என்டோ ஒருத்தரும் இல்லன்டோ இல்ல. நிச்சயமா நாங்க இருக்கிறம்..

வாசுகி அக்கா ஒரு ஓவியை என்பதோட கவிஞை என்பதையும் புரிய முடியுது. இது வெறுமனே எழுத்து இல்ல.

கமலா வாசுகி: பட ம் கீறிறது படங்கள் மூலம் விடயங்களை வெளிப்படுத்திறது எனக்குப் பிந்தித்தான் வந்தது. அது எனக்கு ஆற்றுப்படுத்தலா வரும். ஒரு விசயத்த விமர்சிக்கிறதா வரும். ஆனா ஆத்த முடியாத கோபத்துக்கு எழுத்துகள்தான் உடனே வருகுது. சொற்களும் எழுத்துகளும்... யுத்தகாலத்தில நடக்கிற நிகழ்வுகளால வாற கோபங்கள் இது. கோபத்துக்கு வர்ர பழிவாங்குதல் இல்ல. இதுக்கு நான் என்ன செய்யலாம்? அடுத்த தலைமுறை என்ன செய்யலாம்? விழுந்தாலும் எழும்பக்குள்ள எப்பிடி எழம்பிறம் என்ற கேள்விகள்தான் இருக்குது.

விஜி: அந்தப் பிள்ளைக்கு (சென்ட்ரல் காலேஜ் பெண்) அந்த இடத்தில என்ன தேவப்பாடு இருக்குது... ஒண்டுமே தெரியாத தாய் வந்து தேடுவா... போவா... அதெல்லாம் கவிதைல வருது. அந்த இடத்தில இந்தத் தாய்க்கு என்ன சொல்லப் போறா என்ற உணர்வு இருக்கு.

இன்னொரு கவிதையில கடத்தப்பட்டு காணமல்போன ஒரு மகனோட தாய் வந்து நம்பிக்கையோட இவட்ட கேக்கிறா... இவவால ஏதும் செய்ய ஏலும் என்டு. வாசுகி அக்காக்கு உள்ளால ஆற்றாமை ஒன்டு வரும். அவ்வளவு பெரியதொரு நம்பிக்கை நம்ம மேல வைக்கிறாங்களே என்று. அப்ப இதுக்கு நாம என்ன

செய்யலாம். வாசுகி அக்கா சொல்றா 'அவ நம்பிறா நான் ஒரு மனித உரிமைச் செயற்பாட்டாளர் எண்டு. எனக்கும் தெரியும் அவ நம்பி வாரா எண்டு. அந்த இடத்தில அவைக்கான பதில்?' அவைக்கும் பதில் குடுக்கிறா? தனக்கான நிம்மதி ஒன்டு வேணும் தானே!

வாசுகி: அந்தக் கவிதைய நான் கூடத் திருப்பி யோசிக்கல்ல.. எப்ப எழுதினன் என்டு சரியான ஞாபகமில்லை. காணாமல் போன ஆக்கள்ட நினைவுகள ஆவணப்படுத்திறதுக்கு என்னைக் கூப்பிட்ட நேரம் எண்டு நினைக்கிறன். கதைகேக்க அவங்க தனிய தனிய நிறைய கதை சொல்ல வெளிக்கிடுவாங்க- அவங்க நினைப்பாங்க எங்களுக்கு ஏலும் என்டு. அவங்க பேசிறத காது குடுத்து கேக்கிறதுக்கு ஒருத்தர் இருக்கோமே என்றிறது முக்கியம். அதோட அவங்கட வார்த்தைகளில ஏதும் செய்யுங்கோ எண்ட ஏக்கமும் இருக்கும்.. எங்களால ஏலாது என்றிறதும் தொனிக்கும்.

சிலவேளை காணாமல் போன மகள் என்டு சொல்லப்படுற மகளிட்ட இருந்து ஒரு கடிதம் வந்ததென்டு சொல்லுவாங்க. அந்தக் கடிதத்த கையில தருவாங்கள இத வச்சிக்கொண்டு ஏதாவது செய்யுங்க என்டு கேட்பாங்கள்... இப்ப அந்த மகள் இல்ல. எங்கயென்டு தெரியாது. எனக்கும் தெரியாது என்ன செய்யிறதென்டு. அந்த நம்பிக்கைய என்ன செய்யிறது..... தனியே வந்து அழுகிறத தவிர எனக்கு வேற வழியில்ல. அதுக்கு எழுதின கவிததான் அது. இப்ப கதைக்கத்தான் ஞாபகம் வருகுது.

விஜி: மனசத்தொடுற கவிதகள வாசிக்கக்குள்ள 'பட் பட்' என்டு முழிப்புகள் வருமல்லோ. இதிலையும் அதான். இன்னொரு கவிதை... அதில அந்தப் பெடியன் துப்பாக்கியோட போறான். அவன் சின்னதிலிருந்தே விளையாடின அந்தப் புல்லுகளுக்கு மேலால் போறான்... இளந்தளிர் புற்கள். அதில இப்ப அவன்ட கையிலிருக்கிற துப்பாக்கியால அமில மழை பெய்யப்போகுது.. அப்ப ஒரு கவல வருகுது.. பொம்பிளைகள் அப்பிடியொரு பிள்ள பெற வேணாம் என்ட மாதிரி..

"துப்பாக்கி தூக்கின அந்த மகன் அடுத்தவனுக்குக் குறி வைக்கிற நேரத்தில அவன்ட தாய யோசிக்கட்டும்' என்கிறது ஒரு கவிதை. உண்மையில எனக்கு அந்தக் கவிதையை வாசிக்கும்போது என் மகன் ஞாபகம் வந்தவன். பிள்ளைகளுக்கு ஆழமான அரசியல் இல்லையென்டாலும் அவங்கள் கண்ணுக்கு

முன்னால பாக்கிறதுதானே அரசியல். அந்தப் பெடியன் அந்தப் பெடியன்ட தாய யோசிக்கட்டும். உண்மையும் அதுதானே. எல்லாமே தாய்க்கூடாக வார உணர்வுகள்தானே?. தாய் எப்பயுமே தன்ட பிள்ளைகள இன்னொரு பிள்ளைக்கு எதிரான பிள்ளையாக பெறேல்ல. தன்ட பிள்ள அடுத்த சமூகத்த கொன்று போடோணும் எண்டும் பெறேல்ல.

கவிதையில வாறது உண்மையான குரல். ஒரு அம்மாவ (பெண்ணை) ஆண் அரசியல் வாதியும் ஒரு கவிஞையும் பாக்கிறதுக்கான வித்தியாசம் இண்டைக்கு வரைக்கும் இருக்கு. உதாரணத்துக்குக் கிழக்குப் பல்கலைக்கழகத்தில ஒரு அம்மா காணாமல் ஆக்கப்பட்ட தன்ர உறவோட படத்த தூக்கித்து இருக்கிற நேரம் ஒரு மீடியாக்காரர் வந்து 'நீங்க அழுதழுது கதைங்க' என்டு சொன்னார். அவ அழத் தேவையில்ல. உங்கட எழுத்துக்கூடாக அந்த அம்மாக்கான குரல்... அந்த உணர்வு வருகுது.

வாசுகி: அம்மாக்களின் கண்ணில இருந்து வாற கண்ணீர்தான் தாக்கத்த ஏற்படுத்தும்; ... கண்ணீர்தான் எல்லாரையும் போய்த் தொடும் என்ற ஒரு விம்பம் அவங்கட பக்கத்தில இருக்குது. அதுக்கு மட்டுந்தான் கொஞ்சமாவது ஆக்களிட மனசு அசையும். பெண்ணுக்கு இருக்கிற உரிமை பற்றியோ நேரடியா அதை அவவிட பிரச்சினையாகவோ பாக்கிறதுக்கு தயார் இல்ல. மீடியாக்காரரும் தயார் இல்ல. அவங்க யாருக்கு இந்தச் செய்திகளைக் குடுக்கப்போறாங்களோ அவங்கட மனசிலயும் அது இல்ல. ஒரு பெண் தனக்கு இது தேவையென்டு நேர்ப்பேச்சா சொல்லிறத கேட்டுக்கொள்ளிற பழக்கம் யாரிடமும் இல்ல.

விஜி: நாங்க ஒருதரம் காணமப் போனவங்கட பிரச்சினைய கதைப்பதற்காக எம்.பி. மாரையும் கூப்பிட்டம். பிரச்சினைய கேளுங்க என்டு சொன்னா அழுது அனுதாபத்த தெரிவிச்சிட்டு போறதுதானே அவங்கட பழக்கம். கூட்டத்துக்கு வந்திருந்த ஒரு எம்பி கதைக்க வாய திறந்தவர் கதைக்காம அழுறார். .அப்ப கூட்டத்திற்கு வந்த ஒரு அம்மா 'டக்'கண்டு சொன்னா 'எங்களுக்காக நீங்க அழத்தேவயில்ல, நீங்க அழுதழுது கதைக்கிறத கேட்க நாங்க வரயில்ல... நாங்க சொல்லிறத நீங்க கேளுங்க. எண்டு!'

அப்பிடி உறுதியான குரல்கள் குறைவு.

வாசுகி: தாய்மாரின் இத்தகைய குரல்கள் மிகவும் முக்கியம். இந்தத் தொகுதியில நாங்க பார்த்தம் என்டா மையப் பகுதியா இருக்கிறது பெண்களோடயும் பொதுச் சமூகத்தோடயும் கலந்துரையாட வேண்டிய, தாய்மை பற்றிய புரிதல் சார்ந்த கேள்விகள.. இந்தக் கேள்விகளைக் கிளப்பினது என்ன எண்டும் நாங்க பார்க்க வேணும்

விஜி: கவிதையிலையும் உடனடி சம்பவங்கள் நிறைய இருக்கு. அதுகளுக்கும் உங்க நாகக்கன்னிகளுக்கும் என்ன வித்தியாசம்? எது கூடுதலா தொடுற மாதிரி இருக்கு? நாகக்கன்னியும் சரி அந்த ஆதித்தாயும் சரி... ஓடிக்கொண்டே இருக்கிறாங்க.

வாசுகி: அந்த நாலு கதையும் உண்மையான கதைகள். எங்கட பொம்பிளைகளோட தொடர்ந்து செய்த பயணத்தின் வெளிப்பாடுகள். வேற வேற எண்டு சொன்னாலும் அது ஒரு வரலாறு. தாய், மகள். மகளிட மகள் - எப்பிடி ஒரு பொம்பிளய கோபம் ஊட்டிற விசயம் திரும்பத் திரும்பச் சமூகத்தில எல்லா இடத்திலையும் நடந்துகொண்டிருக்குது! கோபம் கூட இல்ல. இயல்பா வாழவிடாத நிலை. இயல்புத்தன்மைய ஏற்றுக்கொள்ளிறதும் இல்ல. தங்களுக்கு ஏற்றமாதிரி ஒரு பொம்பிளய வளைக்கப்பாக்கிறது.

சிலது கவிதைக்கூடாக அந்தந்த விசயங்கள சொல்லக் கூடியதாகவுள்ளது. சில விசயங்கள காட்டக்குள்ள கவிதையிட அளவு போதாது. அதுக்கு ஒரு தொடர்ச்சி தேவைப்படுது. நாகக்கன்னி பொதுப்பெயர் என்டாலும் அந்தத் தொடர்ச்சிய கொண்டு வாரது முக்கியம்

நாகக்கன்னி என்டு சொல்லிறதால காலங்கடந்த ஒரு தொன்மத்தோடயும் சேருது. ஆதித்தாயும் அப்பிடித்தான் வருகுது. பேய் எண்டு சொல்லக்குள்ள சமூகத்துக்குப் பயம் ஒன்டு இருக்குதுதானே. பெண் எண்டு சொல்லக்குள்ள எப்பிடி ஒரு சமூகம் விளங்கிக்கொள்ளுது. இதில ரெண்டுபேர் மேல தெய்வம் ஏறிக்கொண்டே இருக்குது - அல்லது பேய் ஏறி இருக்கிது என்டு சொல்லப்படுது.. எங்களுக்கு அந்தப் பெண்களைத் தெரிஞ்ச பிறகுதான் அந்தத் தெய்வம் அல்லது பேய் ஏறினது. எங்களுக்குத்தான் தெரியும் அது ஏன் ஏறினது என்டு. அங்கதான் துவங்கினது இந்தக் கதைகள்... எல்லாரும் இத ஒரு புனிதமான விஷயமா அல்லது பேயோட்ட வேண்டிய

விசயமா பார்த்தாங்களே ஒழிய, அந்தப் பொம்பிளைக்கு அத வரப்பண்ணினது எது என்டது ஒருத்தருக்கும் விளங்கல்ல. ஆனால் அவ்வளவு ஆத்திரமும் உடலுக்குள்ளே அவ்வளவு பலம் வந்ததுக்குமான உள் பயணம் எங்கள் கொஞ்ச பேருக்குத்தான் தெரியும். இத புது ஆக்களோட கதைக்கக்குள்ள அவைக்கு அது விளங்காது. ஆழ்மனசில அவக்குள்ள இருந்த கேள்விகளும் வேற வேற அதிகார நிலையில இருந்த பலராலயும் துஷ்பிரயோகம் செய்யப்படக்குள்ள வந்த ஆத்திரமும்... அவங்க எல்லாருக்கும் மேல இருந்த கோவம் எல்லாம் வெளியில வருகுது. அதுதான் அந்த ஆதித்தொன்ம வடிவம். ஒரு பெருந்தாய். இன்னொரு வடிவத்துக்குள்ள அத எடுக்கிறா. நாங்க அத உளவியல் ரீதியா பாக்கலாம். ஆன்மீகமாகவும் பாக்கலாம்.

விஜி: கேள்வி கேட்க யாரு நீங்க என்ட தொனி நாகக்கன்னில இருக்கு. அதோட அமைப்பு வேற மாதிரி இருக்கு. அது ஒரு வசனக் கவிதையாகவே இருக்கட்டும்..

வாசுகி: இதே மாதிரி இன்னும் நிறைய எழுத வந்தா நாகக்கன்னி 4, 5, 6 என்டு போடலாம். இங்க இருக்கக்கூடிய மன அழுத்தங்கள் அத வெளிப்படுத்திற பரிமாணங்களாலதான் அப்பிடி வருது. அது ஒரு மொழி. அதுக்கான மொழிய கண்டுபிடிக்க வேண்டியிருக்கும். வசன கவிதை என்டு இப்போதைக்குச் சொல்லலாம்தான்.

விஜி: புத்தர் கவிதை?

வாசுகி: புத்தர் நல்வழிய காட்டின ஒரு மகான். அவர் பாவம். இந்தக் கவிதையிலையும் அவர் பாவம்தான். அவர் என்ன சொன்னவர் எண்டால் நீங்களும் நல்லாயிருந்து, எல்லாத்திலயும் அன்பாயிருங்கோ என்டுதான் சொன்னவரே தவிர. தங்கவேலிய போட்டு என்ன காப்பாத்தி வை - தங்க வேலியப்போட்டு என்ன அடை என்டு அவர் ஒரு கட்டத்திலயும் சொல்லல்லயே. அதிகாரத்தில இருக்கிறவை இயற்கை சொல்லுறதையும், மனுசர் சொல்லுறதையும் தங்களுக்கு ஏற்ற மாதிரி மாத்தி வைப்பாங்கள்...

காற்றையும் மீறித்தான் கோபுரங்கள் எழும்பிது...

விஜி: இந்த புத்தர் கவிதைய பாக்கக்குள்ள... அமைதியான ஒரு வாழ்க்க மனிசருக்குத் தேவ... மதங்கள் என்டு இருந்தா அதத் தான் செய்ய வேண்டியது... முந்தி மரத்துக்குக் கீழ ஒரு கல்ல வச்சி, அம்மன் என்டு கும்பிட்டம். இப்ப என்ன செய்யிறம்?

அங்கயும் இங்கயும் இருந்து முறைகளை இறக்கி எல்லாத்தயும் வாழ்க்கைக்குள்ள கொணந்து போடிறம். இப்ப கோபுரம் கோபுரமா எழுப்பிக்கொண்டே இருக்கிறம். ஆனா அந்த அமைதி இல்லத்தானே?

வாசுகி அக்கா உலகத்தில வெவ்வேறு நாடுகளில் இருந்து வரும் இலங்கைப் பெண் கவிஞர்களுடைய எழுத்து பற்றி உங்க கருத்து என்ன?

வாசுகி: உலகத்தில சிந்தனைகள், மாற்றங்கள் சார்ந்த அதிர்வலைகள் வேற வேற விதமாகப் போகுது. அங்கிருந்து நமக்கும் வருகுது. வெளியில இருந்து நிறைய பேர் தொடந்து எழுதிற்று இருக்கிறாங்க. விஜயா! நீங்களெல்லாம் பெண்கள் சந்திப்புகளில நிறைய பேற சந்திக்கிறிங்க. கவிஞர்கள் எவ்வளவு தூரம் தமக்குள்ள பேசிறாங்க? அங்க இருந்து எழுதிற, கவிதைகளில வாற விசயங்கள் பற்றி நீ என்ன நினைக்கிறாய்? வெளியால நின்டு தமிழை மறக்காமல் தன்னோட வரலாற மறக்காமல் அவங்கள் பதிவு பண்ணிற அனுபவங்களுக்கும், இங்க இருந்துகொண்டு இங்குள்ள வாழ்க்கையோட ஓடிக்கொண்டு எழுதிக்கொண்டும் கீறிக்கொண்டும் இருப்பவங்களுக்கும் என்ன வித்தியாசம்?

விஜி: அவங்க இங்க உள்ள விசயங்களைப் படிச்சிற்று எழுதிற மாதிரி இல்ல. அதுகளை உள்வாங்கி எழுதிற தன்மையப் பாக்கலாம். அப்பிடீயே நம்மள புரிஞ்சி கொண்டு செய்யறாங்க. கிட்டடியில ஒரு கவிஞை தன்ட கவிதையில இந்திய- இலங்கைப் பெண்கள் படுற கஸ்ரங்கள் எல்லாம் வெளிப்படுத்தினா. அவட மூதாதையர் பட்ட துன்பங்கள் அவக்குள்ள கடத்தப்பட்டு அப்பிடியே இருக்குது. அவ பிறந்து வளந்தது மலேசியா என்டாலும் எல்லைகள் கடந்து ஒரு புரிதல் இருக்கிற மாதிரி உணர்றேன்.

வாசுகி: அவுஸ்திரேலியாவில இருக்கிற ஒரு நண்பியுடைய கவிதைகளை உதாரணமா எடுத்தால், இங்க இருக்கிறதை போல அங்கயும் இருக்கிற ஒடுக்கப்பட்ட சமூகங்கள் பற்றி அவ கதைக்கிறது ஒரே மாதிரியே இருக்கு. அதிகாரம் இல்லாதவங்களை, சிறுபான்மைய எப்பிடி அதிகாரம் உள்ளவங்க பெரும்பான்மைக்குள்ள கொண்டு வந்து தங்களை மாதிரி ஆக்கிக்கொள்றது... அவ இங்க கண்ட ஒடுக்குமுறையிட

இன்னொரு வடிவத்தை அங்கயும் காண்கிறா. மக்களுக்குக் கதைக்கிறதுக்கு இடம் இருக்கல்ல... நிலம் இருக்கல்ல. ஆக்களுக்கிடையில பிரச்சின. அரசியலில பிரச்சின. இதெல்லாம் பற்றின அவவின் மொழி கூர்மையா இருக்கிது.

விஜி: நம்மள்ள இருந்து ஒரு துண்டு எழுத்து அங்க போன உடனே நாம என்னத்த சொல்ல வாரம் என்டு அத விளங்கிக் கொள்றாங்க... எங்களுக்குள்ள இருக்கிற இந்த உணர்வுப் பரிமாற்றம் முக்கியம்...

சிலவேளைகளில் நமக்குச் சொல்ல வாறத விளங்கப்படுத்த தெரியிது இல்ல. அது மனசுக்குள்ளதான் இருக்கும். மொழி இருக்காது. கவிஞை என்றொரு பெயரைக் குடுக்காம பார்த்தா மனிசத்தன்மையில அந்த ஒரு உணர்வு இருக்கல்லோ? அதை இன்னொருத்தர் வெளிப்படுத்துவினம்... வாசுகி அக்காவும் அதே மாதிரிதான். சிலவேளையில நான் என்ன நினைக்கிறன் என்கிறதை எனக்கே சொல்லத் தெரியாது. நீங்க சொல்லுவிங்க... உங்கட எழுத்தும் சொல்லும்... உங்கட படமும் சொல்லும்...

வாசுகி: நிறைய பேச வேணும் எண்டு நினைக்கிற விசயங்கள் எல்லாம் நாங்கள் பேசிக்கொண்டிருக்க மாட்டோம். எல்லாத்தயும் அப்பிடியே வெளிப்படுத்த முடியாமலிருக்கும். ஒரு விசயத்தை இன்னொரு விசயம் மாதிரி அல்லது வேற விதமாகத்தான் வெளிப்படுத்துவம்... எங்களுக்குள்ள இப்பிடி இடைவெளிகளெல்லாம் இருக்கு. ஆனால் வாய்ப்புகள் என்னென்டா... வேற வேற இடங்களில இத விளங்கிக்கொள்கிற ஆக்கள் இருக்கினம். வெளிப்படுத்திற கவிஞைகள் இருக்கினம். எங்களுக்கு இருக்கிற பலம் அதுதான். எங்கட உணர்வுகள், அனுபவங்கள். நாங்க சொல்ல விரும்பிற விடயங்கள். எங்கட கோசமா இருக்கிற விடயங்கள் கூட. வேற வேற பின்னணி அனுபவங்களோடட தமிழில வெளிவருகுது. அது முக்கியமான பலமான ஒரு விசயம்.

விஜி: எல்லாத்தையும் ஒன்றாக வச்சிப் பாக்கும்போது அது எவ்வளவு பிரமாண்டமான விசயம்? பெண்கள் சந்திப்புகளில வாற உணர்வு அதுதான். ஏனென்டா அடையாள அரசியலுக்குள்ள பெண்கள் அங்க இங்க என்டு வேற யார் யாராலையோ போடப்படுகிறாங்களே தவிர அவங்க உண்மையா அந்த அடையாளங்களுக்குள்ள நிக்கிற இல்ல...

வாசுகி: இலக்கியக்காரரர விட்டிட்டு பாத்தாக்கூட புலம்பெயர் வாழ் சமூகத்தில இருக்கிற மூத்த தலைமுறை 80களில இருந்த இலங்கையும் வாழ்தலையும் வச்சுக் கொண்டுதான் அங்க இருக்கிற இளந்தலைமுறையை வழிநடத்த யோசிக்கிறாங்க. எங்களையும் அப்படியே பாக்கிறாங்க. இங்கயும் நிறையபேர் அந்தப் பழைய முரண்பாடுகளோடதான் இருக்கிறாங்கள் - அரசியல் மற்றும் பால்நிலை உட்பட சமூக நிலைப்பாடுகள் முரண்பாடுகள் கனக்க இண்டைக்கு வரைக்கும் காவப்பட்டு வருகுது. நீ சொல்லிற மாதிரி இலக்கியத்திலையும் அது தொடருதுதான்.

ஆனால் பெண்கள் தொடர்ந்து நிறைய புதுப்புது அடையாளங்களுக்குள்ள தங்களைக் காண்கிறாங்கள். எங்க இருந்தாலும், எந்தக் காலத்தில வாழ்ந்தாலும் எல்லா அடையாளக் கோடுகளும் தாண்டக்கூடியது என்கிற உண்மை எங்களுக்குத் தெரியும். அதுதான் எங்களுக்கு நல்லதும் கூட.

ஐப்பசி 2021

The Space of Poetry: Vijayalakshmi Sekar in Conversation with Kamala Vasuki

Vijayalakshmi: We always referred to Vasuki as a visual artist. To read the poems written over these many years is quite surprising. As I read them, I enter that period, effortlessly. Of them, the poem on the woman at the Central College, how enraged we were!. I too wrote a poem then. You have also written. No woman is an orphan, or all alone. We are with her!

Along with being an artist, you are a poet too. These are not just mechanical writings.

Kamala Vasuki: Painting comes to me only later. It comes as therapy; as a critique. But, when I am overwhelmed by uncontrollable anger, it comes out only as words… writings. Events occurring in war time raises anger. This expression is not an outcome seeking vengeance. It is about, what shall I do? What would the next generation do? When we get out of these, how are we going to rise up…

Viji: What is it that the girl needs then (The Central College girl)… the mother unaware keeps searching. All that comes in your poems. What can we say to the mother – is the thought at that time.

In another poem, the mother of the son, who was made to disappear comes, hoping something can be done. Vasuki Akka, you feel helpless knowing the faith the mother places in you… what can one do after all? You say, "she believes I am a Human Rights activist; I know she places her faith in me. What is my reply to her?" Vasuki answers her. But one needs one's own mental peace too, isn't it?

Vasuki: I don't remember when I wrote it. When we try to document the memories of persons who were disappeared, many start sharing their stories individually. In Mannar, for example, they actually think we can do something. I can only listen to all their narrations;and that is very important. Their words resonate their pleading.

Sometimes, they will bring a letter that is supposed to have come from the daughter who was missing. And ask to do something with that letter. There is no idea about her whereabouts. I don't know either. I don't know what to say about that kind of hope. I can only cry by myself. That poem was written then. I had almost forgotten… as we speak, I am remembering.

Viji: When you read poems that move you, we suddenly recall. That's what is happening. In another poem, the young boy carries the gun. The grass he trod on is his childhood ground- fresh green grass. It is going to rain acid through his gun… in that there comes a concern as a woman– should a woman beget a son for this?

One of the poems say, "As the son aims at another with his gun / let him think of his mother!" As I read it, I thought of my son. Even if the young people may not have an in-depth political clarity, they see the reality around. Isn't that politics enough? Let that young man, remember his mother. Doesn't everything pass through the mother? No mother gives birth to a son to attack the others; not to kill the people of other societies.

Poems reveal the voice of truth. There is a difference between a male politician and a poet looking at a mother. Once in a memorialization event at the Eastern university, a media person directed the mother holding the photo of the disappeared son to speak tearfully with emotion! She does not have to shed tears. Your writing gives voice to her emotions.

Vasuki: For their part, they hold the view that only the images of the mother in tears will move the viewers. They believe that only then, people will be moved. Audience is also not ready to directly consider it as the issue faced by the woman or her right; the media is no exception. We haven't learnt to listen to women speak directly.

Viji: True! Once, we invited the Members of the Parliament to discuss the problems of the families which have persons who were disappeared. Usually, their eyes well-up and they offer sympathies and leave. One of them rose up to talk and started crying instead. One of the women at the meeting reacted immediately, "You don't have to cry for us. We are not here to listen to your weepy words of sympathy." We are used to it. Listen to what we say."

Rarely do we find such straight talk.

Vasuki: That is a very central aspect… In this volume, we find many questions about 'motherhood' that we must discuss with mothers and the common civil society at large. We must share what those questions trigger.

Viji: You have written poems on many real events. How do the poems differ vis-a-viz the Nagakanni sections? Which one moves you more? Nagakanni and the Adhi Thai keep running…

Vasuki: They are actually the expression of the journeys I have made with the women continuously.

Even though they are different, they are in some sense a history. Mother – Daughter- Her daughter … they all face the things that infuriates them in society over and over again. It is not even anger – it is about not letting her be. She is never accepted for what and how she is. There is an attempt to bend her to one's will all the time.

Some aspects could be expressed in poetry. For some, poems do not allow that much space. I needed a continuity. Nagakanni is a common name used to retain that flow.

Nagakanni, or even Adhi Thai, has a mythological weight. Society has the fear of spirits, right? How does a society understand a woman… people say there is a deity or a demon that gets into two of those women. They got into them only after we came to know them. We knew well why they entered her. That is where the story began. Some saw it as sacred; others as evil to be driven out. They did not think of the reason why she got them into her! A few of us are however privy to how angry she was to generate so much physical strength. When new people converse with her, they may not get this. Her pent-up anger against the atrocities of those in power that she has borne and the questions that haunt her sub-conscious mind are expressed thus. Hence, the ancient mythological icon. A great mother. You can call it psychological or spiritual!

Viji: Nagakanni has the tone of 'who are you to question?'. It elicits a different feel. Let it be a prose-poem.

Vasuki: If more in this genre comes to me, we can number them Nagakanni 4, 5 or 6. The mental pressures here, express themselves in multiple dimensions. It is a language in itself. Perhaps, we need to discover it. As for now, let's call it prose-poem.

Viji: The Buddha poem?

Vasuki: Buddha showed us the enlightened path. In my poem he is in a pitiable state. Did he ever ask to be imprisoned in a golden cage? But isn't he locked in them? Buddha preached self-love and love for all beings. He never sought to be protected in golden cage. Those in power change whatever nature tells us, whatever people tell us … to love, to be compassionate to all. Temples rise high above the defying wind.

Viji: Your Buddha poem seeks peace for all. That is exactly what all religions must do. But what could we do if they don't? Earlier we had a stone under a tree and worshipped it as our goddess. We now bring this and that and stuff them into our lives. Temples keep rising. But is there mental peace?

Vasuki Akka, what about Sri Lankan Tamil writings by women from the many different countries all around the world?

Vasuki: The entire world is reverberating differently; they touch us too! There are so many women continuing to write from the diaspora. Vijaya, you meet many people through women's meets. Tell me, do the poets engage in discussions among themselves? What do you think of women's writings from the diaspora? What is the difference between people writing in Tamil without forgetting their language and history, documenting their experiences and those of us here writing and painting with the life experiences from here?

Viji: We can see how they assimilate our experiences. It does not feel like poems written through reading about things from here. They understand our reality. I recently heard a poet reading her poem on Sri Lankan -Indian Tamils and their plight. Of course, she has her ancestry from here! The hardships of her ancestors still linger in her. Even though she was born and bred in Malaysia, I feel she has an empathy that's beyond borders.

Vasuki: In the poems of a Tamil poet from Australia, we see the oppressed people of Australia. It is very similar to the oppressions we experience here. The majority (or the powerful) dominates the minority (powerless) and coerces to assimilate them. She finds what she found here in that land. There is no space for dialogue; no land; communities clash; there are political problems. Her language is quite sharp.

Viji: When a piece of writing reaches them, they grasp what we are attempting to convey. It is important to have this sharing among us.

At times, we do not know how to explain what we have to say. It's there in the heart, but language fails. Isn't that part of being a human, without giving a title as 'poet' etc.? Someone else would voice it exactly. Vasuki Akka, you are also like that, very often… I wouldn't know how to say the things I would like to. But, you would say, your writing will say, your paintings will say.

Vasuki: We do not speak of things that we desperately want to share. Mostly, they are hard to express. There are also things how we say one thing instead of the other, or say it in a different way… there are gaps in our communications. Now, we have an opportunity to find people who get our point at different levels. That is our strength. Of the many things that come out in Tamil – our emotions, experiences, content, even our slogans – come from multiple strands of experiences. And that is a major and significant aspect.

Viji: When one reads them together, it truly seems amazingly large. That is what I feel at the women's meets. Women find themselves in many different identities based politics; but do not come together with their identity as a woman.

Vasuki: Apart from literary circle, the senior generation that live in diaspora retain their understanding of the country in the 80's. They attempt to guide the younger generation with their old experiences. They see us also like that. I wouldn't say, it is not the same here as well. The political and social stand points, and contradictions continue to be lugged till date. The same is carried over in literature too.

But women find themselves included in many newer identities continuously.

But, as women, we know that it is possible to transgress all boundaries and that knowing is good for us!

October 2021